· MILET ·
BILINGUAL VISUAL
DICTIONARY
ENGLISH · VIETNAMESE

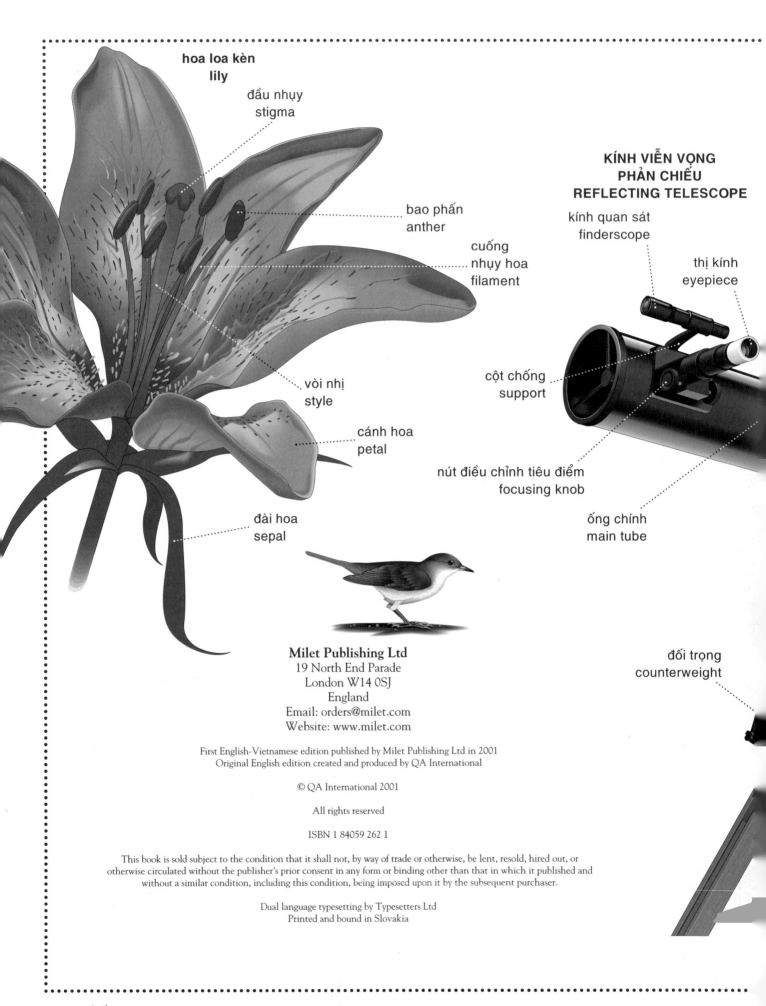

hoa loa kèn
lily

đầu nhụy
stigma

bao phấn
anther

cuống
nhụy hoa
filament

vòi nhị
style

cánh hoa
petal

đài hoa
sepal

KÍNH VIỄN VỌNG
PHẢN CHIẾU
REFLECTING TELESCOPE

kính quan sát
finderscope

thị kính
eyepiece

cột chống
support

nút điều chỉnh tiêu điểm
focusing knob

ống chính
main tube

đối trọng
counterweight

Milet Publishing Ltd
19 North End Parade
London W14 0SJ
England
Email: orders@milet.com
Website: www.milet.com

First English-Vietnamese edition published by Milet Publishing Ltd in 2001
Original English edition created and produced by QA International

© QA International 2001

Dual language typesetting by Typesetters Ltd
Printed and bound in Slovakia

Jean-Claude Corbeil • Ariane Archambault

· MILET ·
BILINGUAL VISUAL
DICTIONARY
ENGLISH · VIETNAMESE

Authors
Jean-Claude Corbeil, Ariane Archambault
Director of Computer Graphics
François Fortin
Art Directors
Jean-Louis Martin, François Fortin
Graphic Designer
Anne Tremblay
Computer Graphic Designers
Marc Lalumière, Jean-Yves Ahern,
Rielle Lévesque, Anne Tremblay, Jacques Perrault,
Jocelyn Gardner, Christiane Beauregard,
Michel Blais, Stéphane Roy, Alice Comtois,
Benoît Bourdeau
Computer Programming
Yves Ferland, Daniel Beaulieu
Data Capture
Serge D'Amico
Page Make-up
Lucie Mc Brearty, Pascal Goyette
Technical Support
Gilles Archambault
Production
Tony O'Riley

Vietnamese translation supplied by Viet Trans Ltd

Editorial Note: For objects whose English terms are
different in North America and Britain,
we have used both terms: the North American term
followed by the British term. In the
index, these dual terms are listed alphabetically
by the first term.

Translation Note: In cases where there is no direct
Vietnamese term for an object, the translator has
used an approximate term or a descriptive term.
In cases where the English term is commonly used
in Vietnamese, or where there is no Vietnamese
term, the translator has used a transliteration
of the English term.

THEMES AND SUBJECTS

4

5

THÁI DƯƠNG HỆ
SOLAR SYSTEM

hành tinh và mặt trời
planets and moons

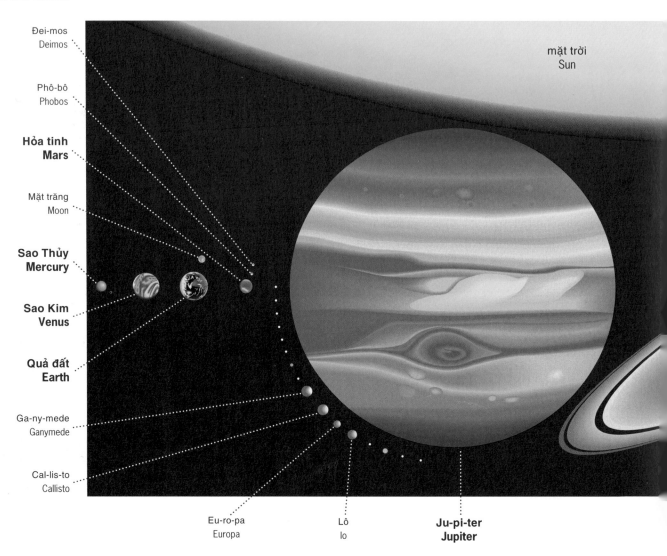

Đei-mos
Deimos

Phô-bô
Phobos

Hỏa tinh
Mars

Mặt trăng
Moon

Sao Thủy
Mercury

Sao Kim
Venus

Quả đất
Earth

Ga-ny-mede
Ganymede

Cal-lis-to
Callisto

mặt trời
Sun

Eu-ro-pa
Europa

Lô
Io

Ju-pi-ter
Jupiter

quỹ đạo của hành tinh
orbits of the planets

vành đai thiên thạch
asteroid belt

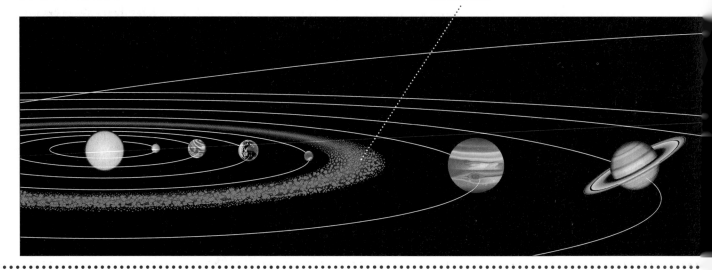

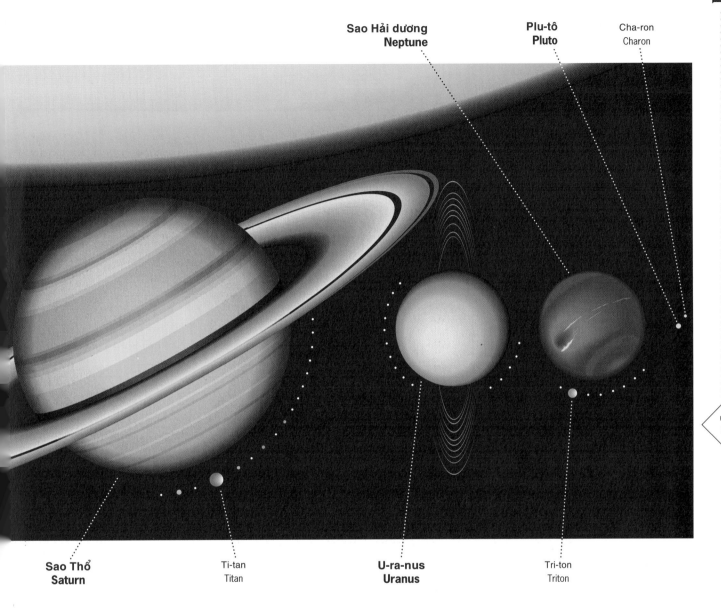

Sao Hải dương
Neptune

Plu-tô
Pluto

Cha-ron
Charon

Sao Thổ
Saturn

Ti-tan
Titan

U-ra-nus
Uranus

Tri-ton
Triton

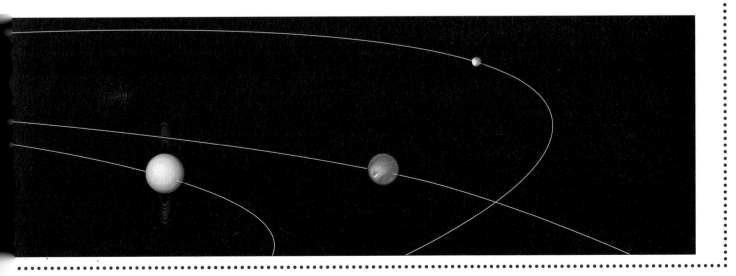

MẶT TRỜI
SUN

**cấu trúc Mặt trời
structure of the Sun**

vùng phóng xạ
radiation zone

khu đối lưu
convection zone

bề mặt của Mặt trời
Sun's surface

hào quang
corona

sự nổi bật
prominence

vết đen trên mặt trời
sunspot

trung tâm
core

lóe sáng
flare

MẶT TRĂNG
MOON

đặc trưng mặt trăng
lunar features

vịnh
bay

vách đá
cliff

đại dương
ocean

hồ
lake

biển
sea

dãy núi
mountain range

miệng núi lửa
crater

vách đá
wall

đai vòng
cirque

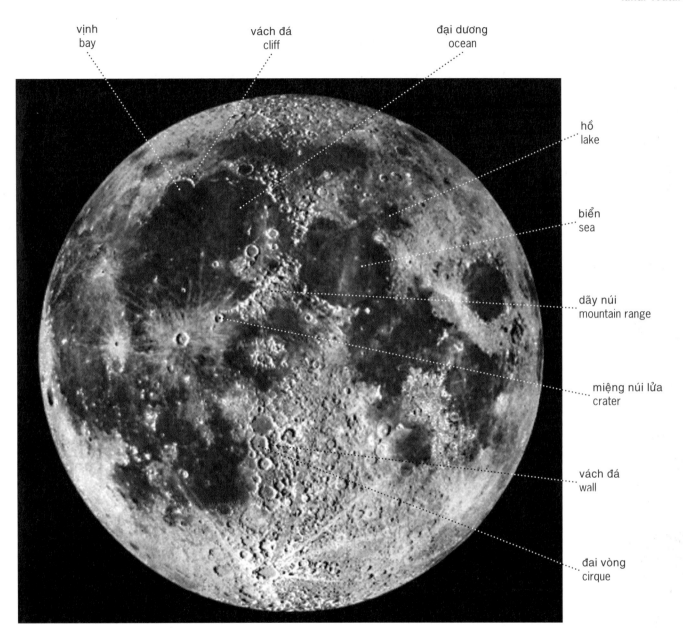

TUẦN TRĂNG
PHASES OF THE MOON

trăng lưỡi liềm đầu tiên
new crescent

tuần trăng từ từ đầy
waxing gibbous Moon

tuần Trăng từ từ khuyết
waning gibbous Moon

trăng lưỡi liềm cuối cùng
old crescent

Trăng non
new Moon

phần tư thứ nhất
first quarter

Trăng tròn
full Moon

phần tư cuối
last quarter

SAO CHỔI
COMET

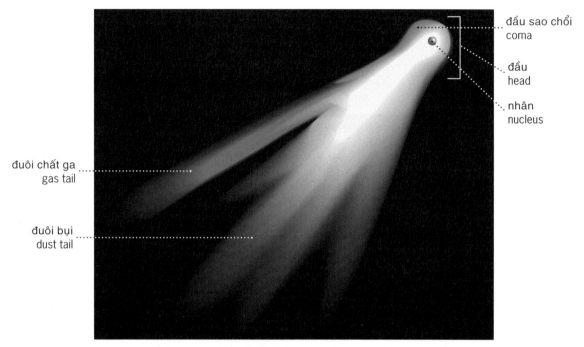

đầu sao chổi
coma

đầu
head

nhân
nucleus

đuôi chất ga
gas tail

đuôi bụi
dust tail

NHẬT THỰC
SOLAR ECLIPSE

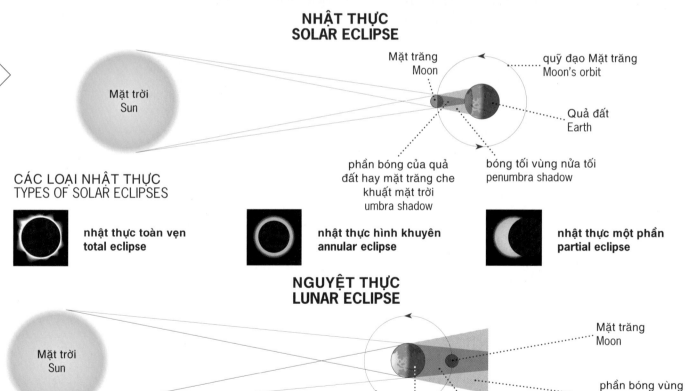

Mặt trời
Sun

Mặt trăng
Moon

quỹ đạo Mặt trăng
Moon's orbit

Quả đất
Earth

phần bóng của quả
đất hay mặt trăng che
khuất mặt trời
umbra shadow

bóng tối vùng nửa tối
penumbra shadow

CÁC LOẠI NHẬT THỰC
TYPES OF SOLAR ECLIPSES

nhật thực toàn vẹn
total eclipse

nhật thực hình khuyên
annular eclipse

nhật thực một phần
partial eclipse

NGUYỆT THỰC
LUNAR ECLIPSE

Mặt trời
Sun

Mặt trăng
Moon

phần bóng vùng
nửa tối
penumbra shadow

CÁC LOẠI NGUYỆT THỰC
TYPES OF LUNAR ECLIPSES

quỹ đạo Mặt trăng
Moon's orbit

Quả đất
Earth

phần bóng của quả
đất hay mặt trăng che
khuất mặt trời
umbra shadow

nguyệt thực một phần
partial eclipse

nguyệt thực toàn diện
total eclipse

KÍNH VIỄN VỌNG PHẢN CHIẾU
REFLECTING TELESCOPE

kính quan sát
finderscope

thị kính
eyepiece

ống chính
main tube

nút điều chỉnh tiêu điểm
focusing knob

hệ thống điều chỉnh độ lệch
declination setting scale

cái kẹp góc cực
azimuth clamp

qui định mức hướng
lên chính xác
right ascension
setting scale

cái kẹp độ cao
altitude clamp

đồ điều chỉnh
góc cực tinh vi
azimuth fine adjustment

đồ điều chỉnh độ cao tốt
altitude fine adjustment

thiết diện kính viễn vọng phản chiếu
cross section of a reflecting telescope

thị kính
eyepiece

ống chính
main tube

kính chính
main mirror

kính bằng phẳng
flat mirror

ánh sáng
light

KÍNH VIỄN VỌNG KHÚC XẠ
REFRACTING TELESCOPE

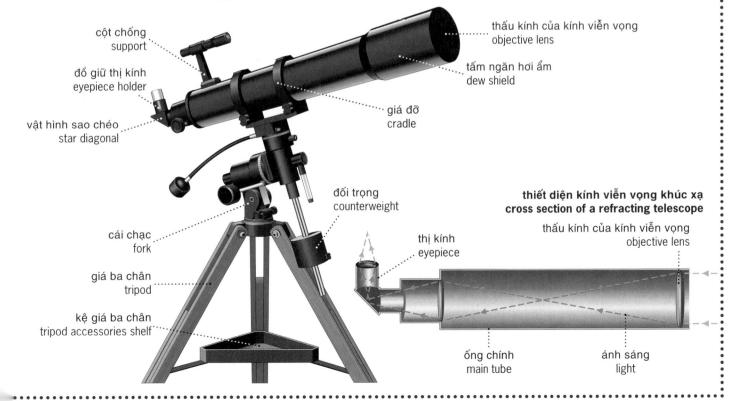

cột chống
support

thấu kính của kính viễn vọng
objective lens

đồ giữ thị kính
eyepiece holder

tấm ngăn hơi ẩm
dew shield

vật hình sao chéo
star diagonal

giá đỡ
cradle

cái chạc
fork

đối trọng
counterweight

giá ba chân
tripod

thiết diện kính viễn vọng khúc xạ
cross section of a refracting telescope

kệ giá ba chân
tripod accessories shelf

thấu kính của kính viễn vọng
objective lens

thị kính
eyepiece

ống chính
main tube

ánh sáng
light

11

QUẢ ĐẤT
EARTH

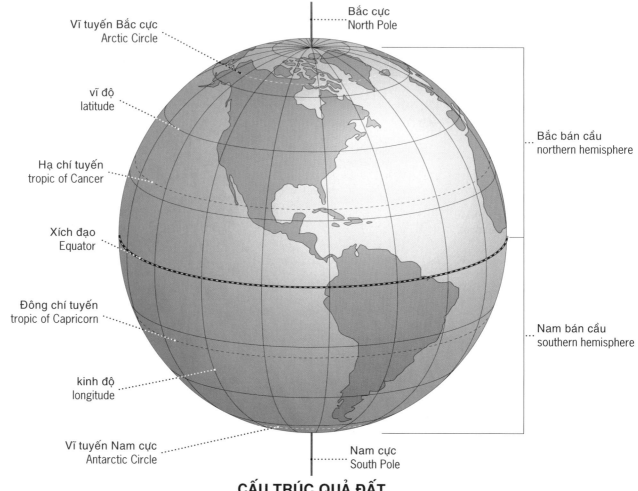

Bắc cực
North Pole

Vĩ tuyến Bắc cực
Arctic Circle

vĩ độ
latitude

Bắc bán cầu
northern hemisphere

Hạ chí tuyến
tropic of Cancer

Xích đạo
Equator

Đông chí tuyến
tropic of Capricorn

Nam bán cầu
southern hemisphere

kinh độ
longitude

Vĩ tuyến Nam cực
Antarctic Circle

Nam cực
South Pole

CẤU TRÚC QUẢ ĐẤT
STRUCTURE OF THE EARTH

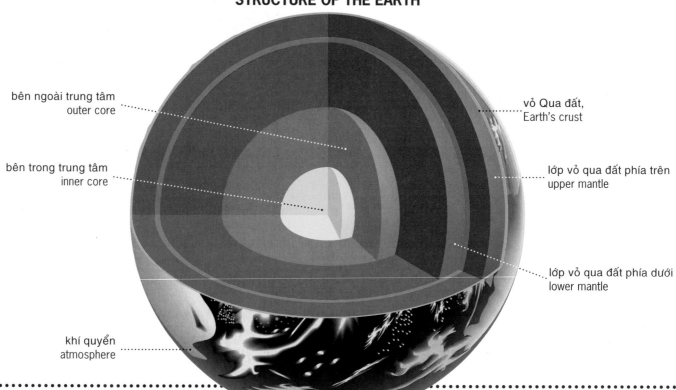

bên ngoài trung tâm
outer core

vỏ Qua đất,
Earth's crust

bên trong trung tâm
inner core

lớp vỏ qua đất phía trên
upper mantle

lớp vỏ qua đất phía dưới
lower mantle

khí quyển
atmosphere

ĐỘNG ĐẤT
EARTHQUAKE

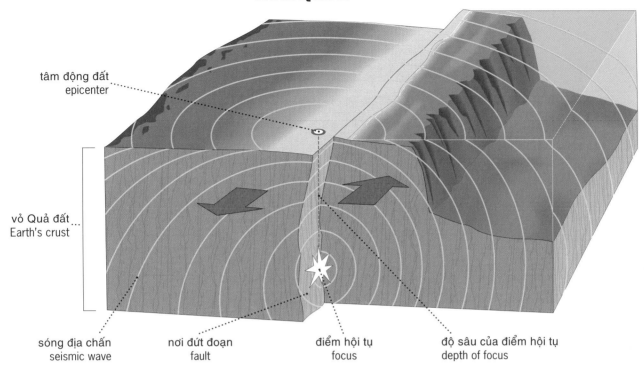

tâm động đất
epicenter

vỏ Quả đất
Earth's crust

sóng địa chấn
seismic wave

nơi đứt đoạn
fault

điểm hội tụ
focus

độ sâu của điểm hội tụ
depth of focus

HANG ĐỘNG
CAVE

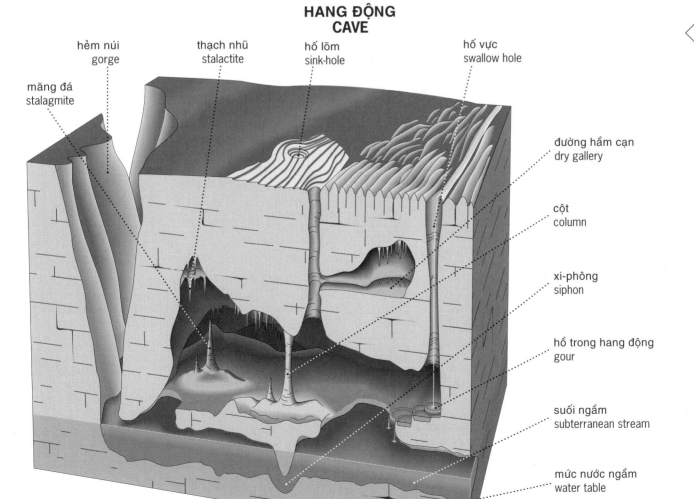

hẻm núi
gorge

thạch nhũ
stalactite

hố lõm
sink-hole

hố vực
swallow hole

măng đá
stalagmite

đường hầm cạn
dry gallery

cột
column

xi-phông
siphon

hồ trong hang động
gour

suối ngầm
subterranean stream

mức nước ngầm
water table

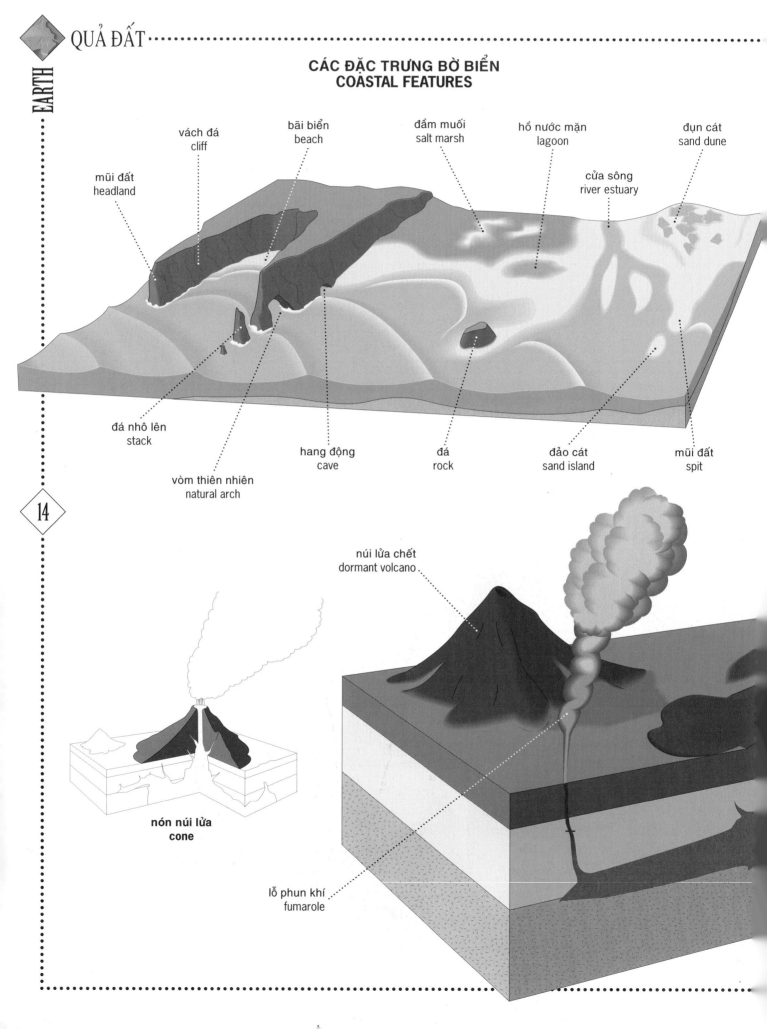

CÁC ĐẶC TRƯNG BỜ BIỂN
COASTAL FEATURES

mũi đất
headland

vách đá
cliff

bãi biển
beach

đầm muối
salt marsh

hồ nước mặn
lagoon

cửa sông
river estuary

đụn cát
sand dune

đá nhô lên
stack

vòm thiên nhiên
natural arch

hang động
cave

đá
rock

đảo cát
sand island

mũi đất
spit

14

núi lửa chết
dormant volcano

nón núi lửa
cone

lỗ phun khí
fumarole

NÚI LỬA
VOLCANO

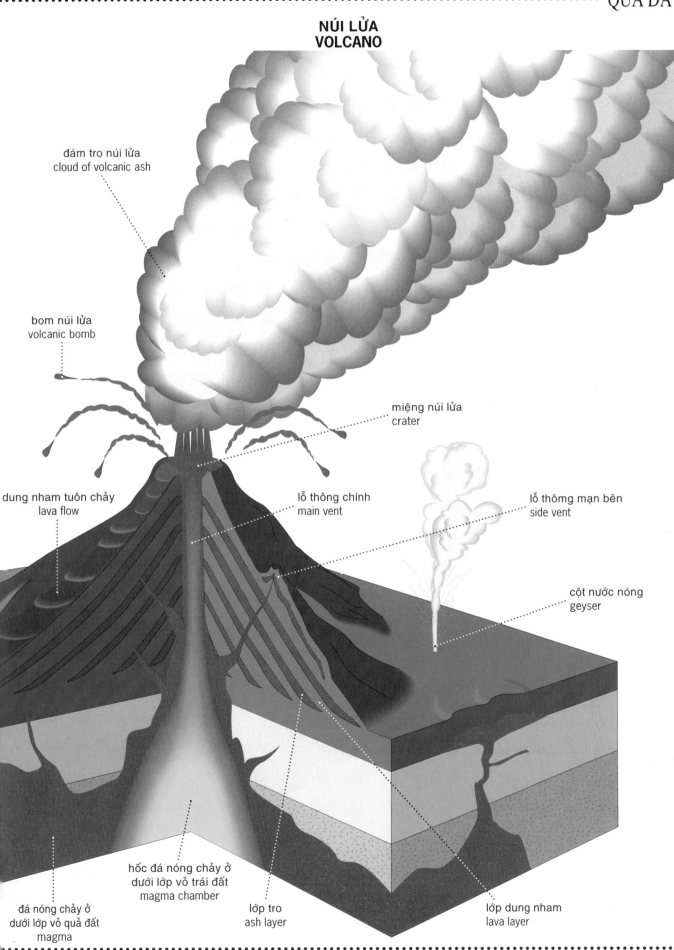

đám tro núi lửa
cloud of volcanic ash

bom núi lửa
volcanic bomb

miệng núi lửa
crater

dung nham tuôn chảy
lava flow

lỗ thông chính
main vent

lỗ thômg mạn bên
side vent

cột nước nóng
geyser

hốc đá nóng chảy ở
dưới lớp vỏ trái đất
magma chamber

lớp tro
ash layer

lớp dung nham
lava layer

đá nóng chảy ở
dưới lớp vỏ quả đất
magma

SÔNG BĂNG
GLACIER

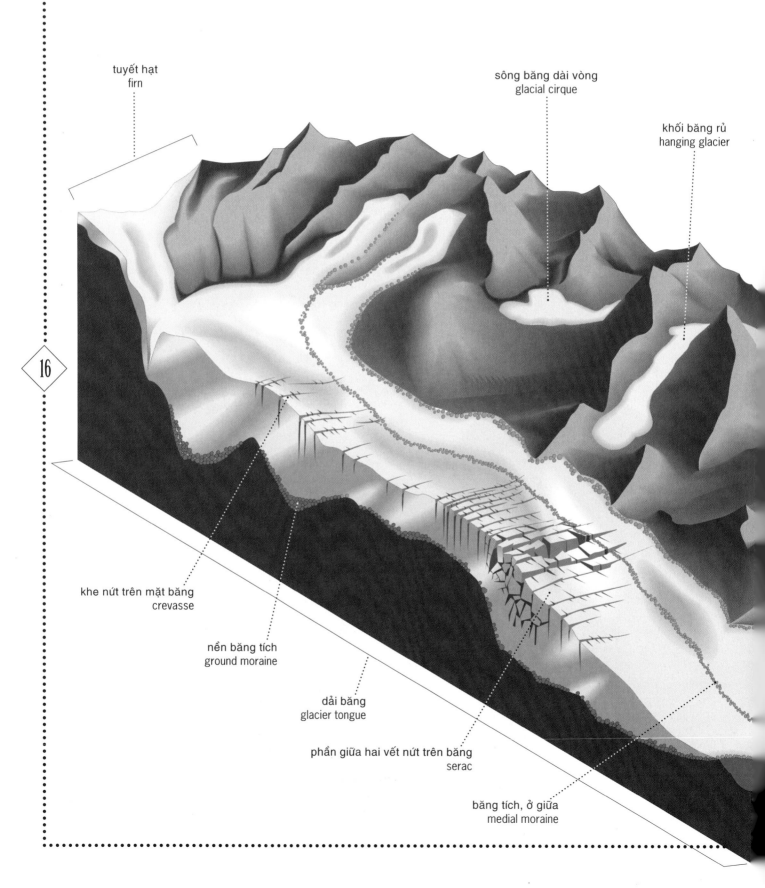

tuyết hạt
firn

sông băng dài vòng
glacial cirque

khối băng rủ
hanging glacier

khe nứt trên mặt băng
crevasse

nền băng tích
ground moraine

dải băng
glacier tongue

phần giữa hai vết nứt trên băng
serac

băng tích, ở giữa
medial moraine

NÚI
MOUNTAIN

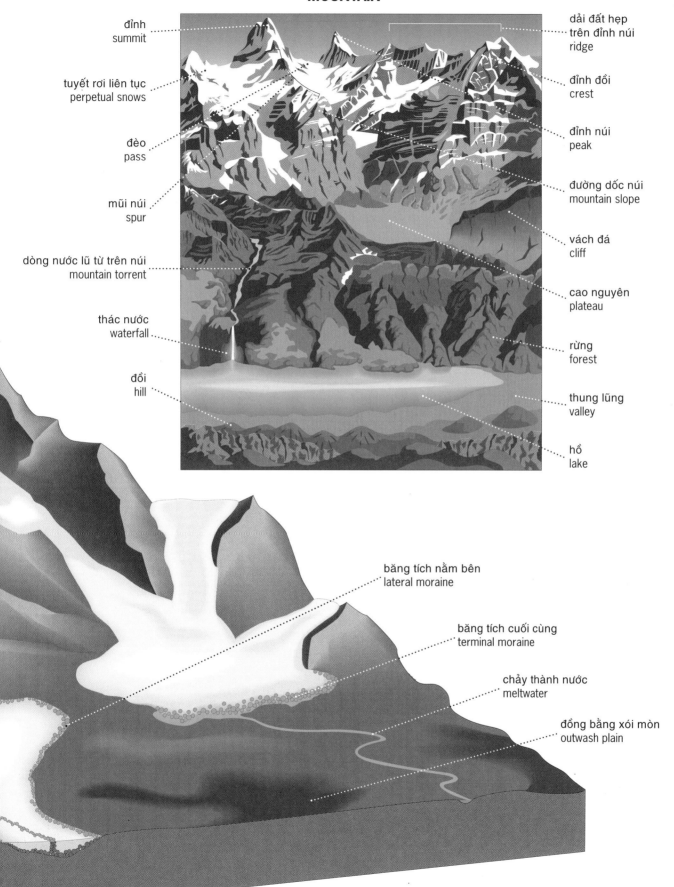

đỉnh
summit

tuyết rơi liên tục
perpetual snows

đèo
pass

mũi núi
spur

dòng nước lũ từ trên núi
mountain torrent

thác nước
waterfall

đồi
hill

dải đất hẹp
trên đỉnh núi
ridge

đỉnh đồi
crest

đỉnh núi
peak

đường dốc núi
mountain slope

vách đá
cliff

cao nguyên
plateau

rừng
forest

thung lũng
valley

hồ
lake

băng tích nằm bên
lateral moraine

băng tích cuối cùng
terminal moraine

chảy thành nước
meltwater

đồng bằng xói mòn
outwash plain

HÌNH THỂ CỦA LỤC ĐỊA
THE CONTINENTS

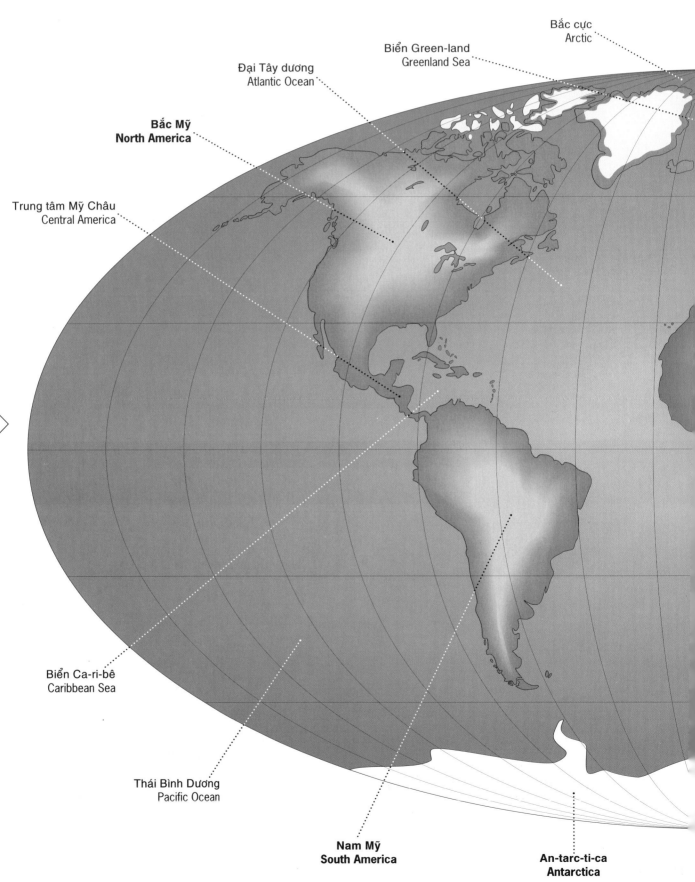

Bắc cực
Arctic

Biển Green-land
Greenland Sea

Đại Tây dương
Atlantic Ocean

Bắc Mỹ
North America

Trung tâm Mỹ Châu
Central America

Biển Ca-ri-bê
Caribbean Sea

Thái Bình Dương
Pacific Ocean

Nam Mỹ
South America

An-tarc-ti-ca
Antarctica

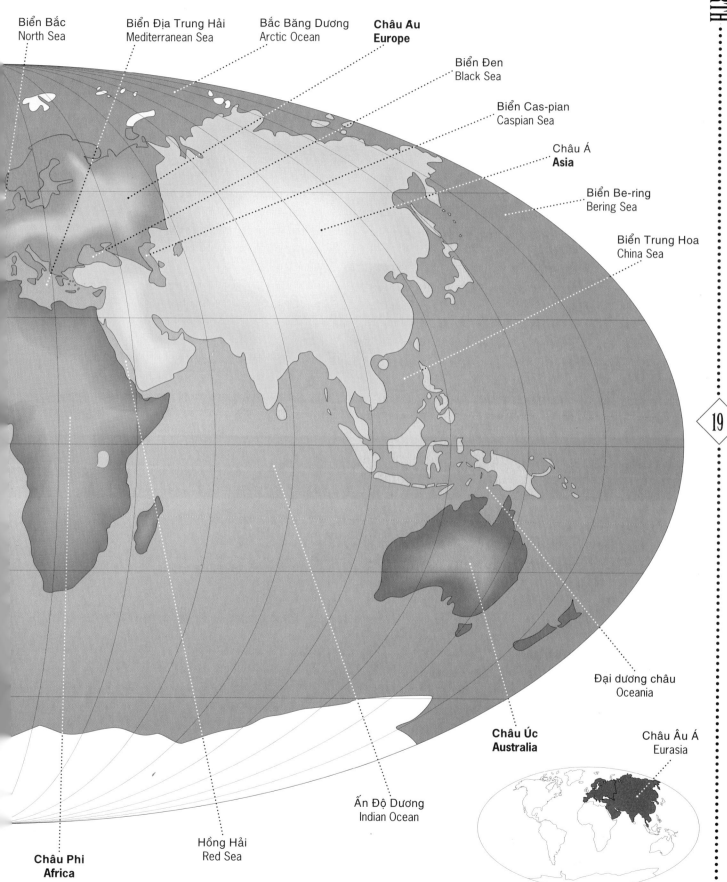

Biển Bắc
North Sea

Biển Địa Trung Hải
Mediterranean Sea

Bắc Băng Dương
Arctic Ocean

**Châu Âu
Europe**

Biển Đen
Black Sea

Biển Cas-pian
Caspian Sea

Châu Á
Asia

Biển Be-ring
Bering Sea

Biển Trung Hoa
China Sea

Đại dương châu
Oceania

**Châu Úc
Australia**

Châu Âu Á
Eurasia

Ấn Độ Dương
Indian Ocean

Hồng Hải
Red Sea

**Châu Phi
Africa**

NHỮNG MÙA CỦA NĂM
SEASONS OF THE YEAR

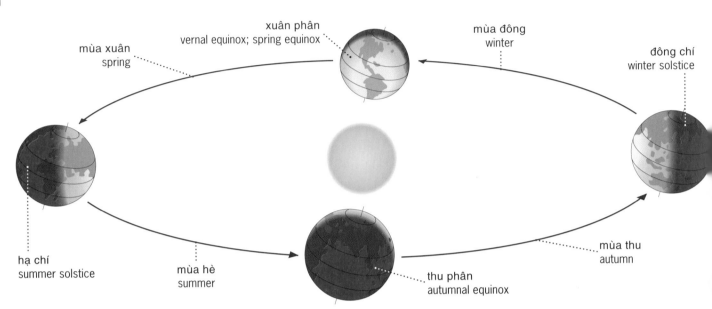

xuân phân
vernal equinox; spring equinox

mùa xuân
spring

mùa đông
winter

đông chí
winter solstice

hạ chí
summer solstice

mùa hè
summer

mùa thu
autumn

thu phân
autumnal equinox

CẤU TRÚC SINH QUYỂN
STRUCTURE OF THE BIOSPHERE

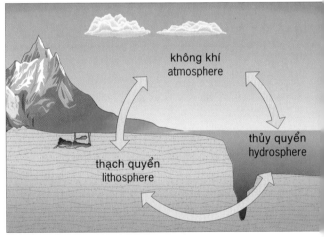

không khí
atmosphere

thủy quyển
hydrosphere

thạch quyển
lithosphere

CÁC VÙNG CAO VÀ THỰC VẬT
ELEVATION ZONES AND VEGETATION

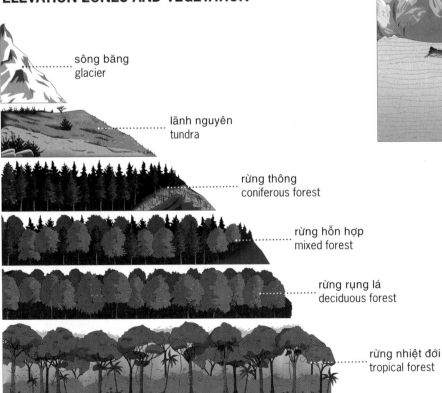

sông băng
glacier

lãnh nguyên
tundra

rừng thông
coniferous forest

rừng hỗn hợp
mixed forest

rừng rụng lá
deciduous forest

rừng nhiệt đới
tropical forest

KHÍ HẬU CỦA THẾ GIỚI
CLIMATES OF THE WORLD

khí hậu nhiệt đới
tropical climates

mưa rừng nhiệt đới
tropical rain forest

đồng cỏ nhiệt đới
tropical savanna

đồng cỏ hoang
steppe

sa mạc
desert

khí hậu điều độ
temperate climates

ẩm ướt - mùa hè dài
humid - long summer

ẩm ướt - mùa hè ngắn
humid - short summer

hàng hải
marine

khí hậu vùng địa cực
polar climates

vùng địa cực đóng băng
polar tundra

chỏm băng ở địa cực
polar ice cap

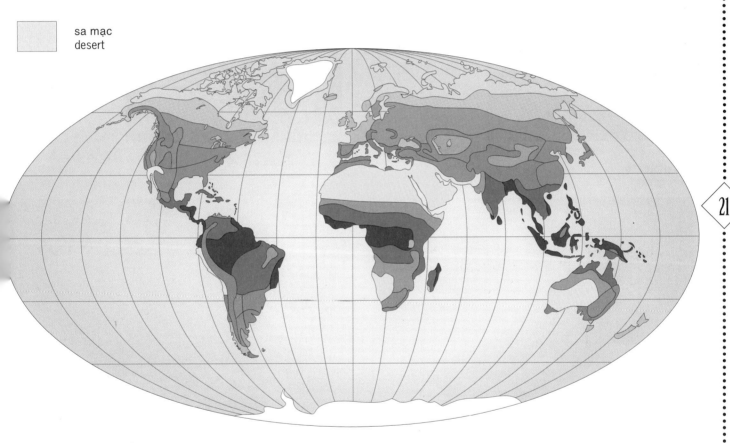

khí hậu vùng cận nhiệt đới
subtropical climates

vùng cận nhiệt đới Địa Trung Hải
Mediterranean subtropical

vùng cận nhiệt độ ẩm ướt
humid subtropical

vùng cận nhiệt độ khô
dry subtropical

khí hậu thuộc lục địa
continental climates

lục địa khô - khô hạn
dry continental - arid

lục địa khô - nửa khô hạn
dry continental - semiarid

khí hậu vùng đất cao
highland climates

khí hậu vùng đất cao
highland climates

khí hậu vùng cận bắc cực
subarctic climates

khí hậu vùng cận bắc cực
subarctic climates

THỜI TIẾT
WEATHER

sương
mist

sương mù dày
fog

sương
dew

lớp sương tuyết
glazed frost

trời giông tố
stormy sky

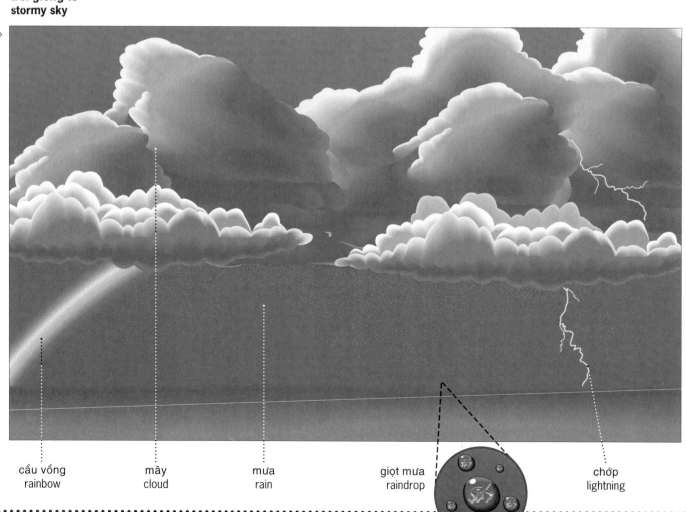

cầu vồng
rainbow

mây
cloud

mưa
rain

giọt mưa
raindrop

chớp
lightning

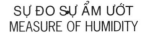
DỤNG CỤ ĐO LƯỜNG KHÍ TƯỢNG
METEOROLOGICAL MEASURING INSTRUMENTS

SỰ ĐO HƯỚNG GIÓ
MEASURE OF WIND DIRECTION

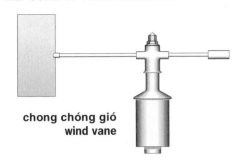

chong chóng gió
wind vane

SỰ ĐO SỨC GIÓ
MEASURE OF WIND STRENGTH

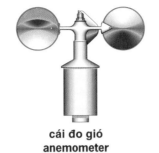

cái đo gió
anemometer

SỰ ĐO SỰ ẨM ƯỚT
MEASURE OF HUMIDITY

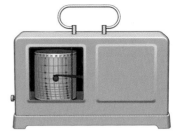

biểu đồ thủy lượng
hygrograph

SỰ ĐO LƯỢNG MƯA
MEASURE OF RAINFALL

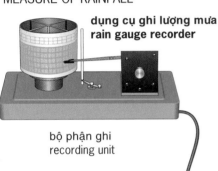

dụng cụ ghi lượng mưa
rain gauge recorder

bộ phận ghi
recording unit

đồng hồ đo lượng mưa đọc trực tiếp
direct-reading rain gauge

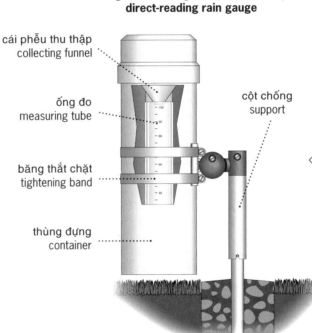

cái phễu thu thập
collecting funnel

ống đo
measuring tube

băng thắt chặt
tightening band

thùng đựng
container

cột chống
support

vại thu thập
collecting vessel

thiết bị bảo vệ
instrument shelter

SỰ ĐO NHIỆT ĐỘ
MEASURE OF TEMPERATURE

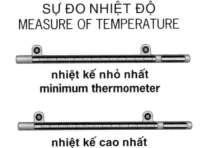

nhiệt kế nhỏ nhất
minimum thermometer

nhiệt kế cao nhất
maximum thermometer

phong vũ biểu thủy ngân
mercury barometer

SỰ ĐO ÁP SUẤT KHÔNG KHÍ
MEASURE OF AIR PRESSURE

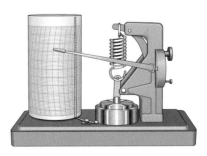

máy ghi khí áp
barograph

23

THUẬT VẼ BẢN ĐỒ VÀ HẢI ĐỒ
CARTOGRAPHY

bán cầu
hemispheres

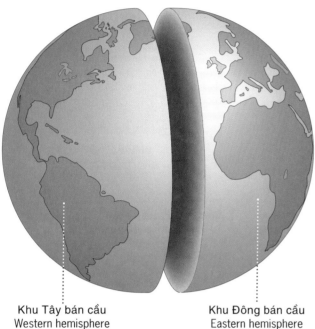

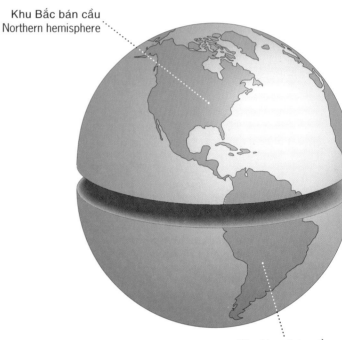

Khu Bắc bán cầu
Northern hemisphere

Khu Tây bán cầu
Western hemisphere

Khu Đông bán cầu
Eastern hemisphere

Khu Nam bán cầu
Southern hemisphere

HỆ THỐNG ĐƯỜNG KẺ Ô
GRID SYSTEM

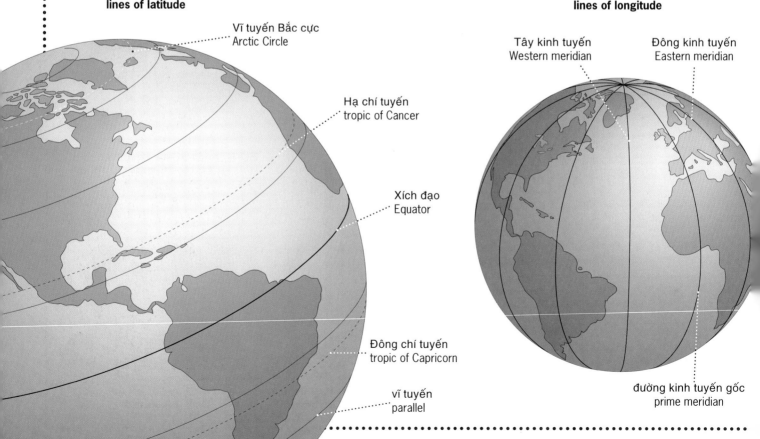

đường vĩ độ
lines of latitude

Vĩ tuyến Bắc cực
Arctic Circle

Hạ chí tuyến
tropic of Cancer

Xích đạo
Equator

Đông chí tuyến
tropic of Capricorn

vĩ tuyến
parallel

đường kinh độ
lines of longitude

Tây kinh tuyến
Western meridian

Đông kinh tuyến
Eastern meridian

đường kinh tuyến gốc
prime meridian

PHÉP CHIẾU BẢN ĐỒ
MAP PROJECTIONS

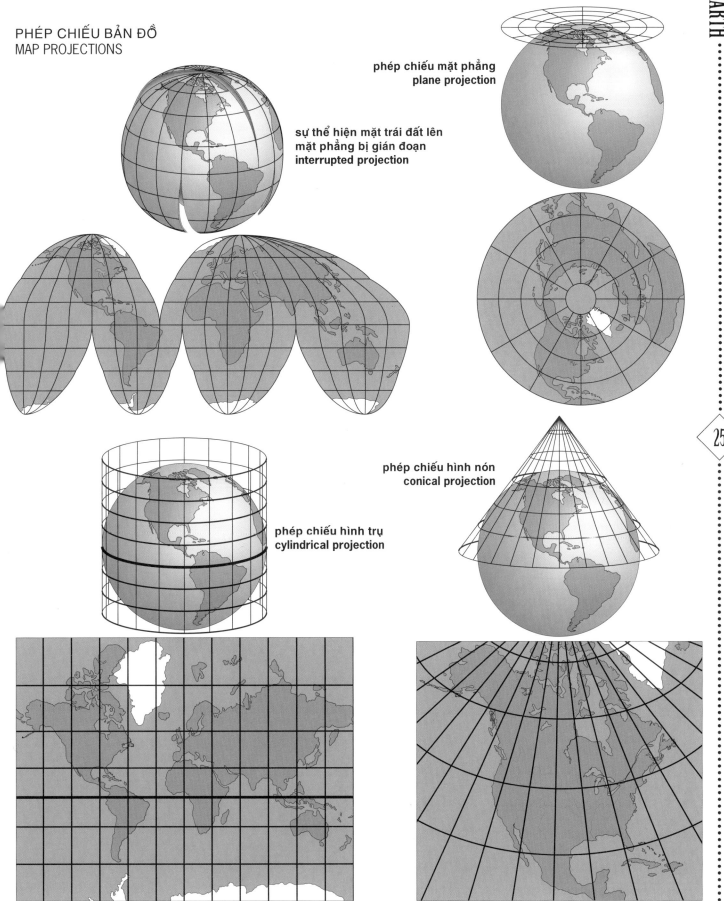

phép chiếu mặt phẳng
plane projection

sự thể hiện mặt trái đất lên
mặt phẳng bị gián đoạn
interrupted projection

phép chiếu hình nón
conical projection

phép chiếu hình trụ
cylindrical projection

25

THUẬT VẼ BẢN ĐỒ VÀ HẢI ĐỒ
CARTOGRAPHY

bản đồ về chính trị
political map

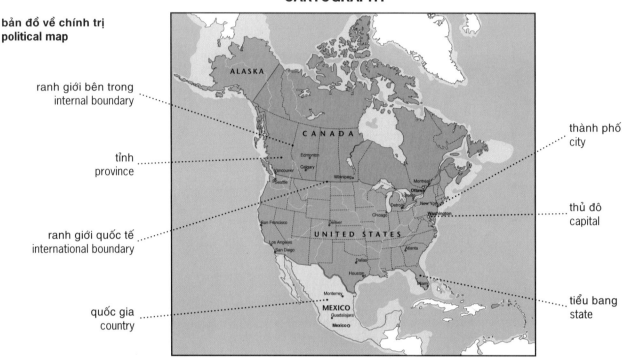

ranh giới bên trong
internal boundary

tỉnh
province

ranh giới quốc tế
international boundary

quốc gia
country

thành phố
city

thủ đô
capital

tiểu bang
state

bản đồ đồi núi, sông ngòi
physical map

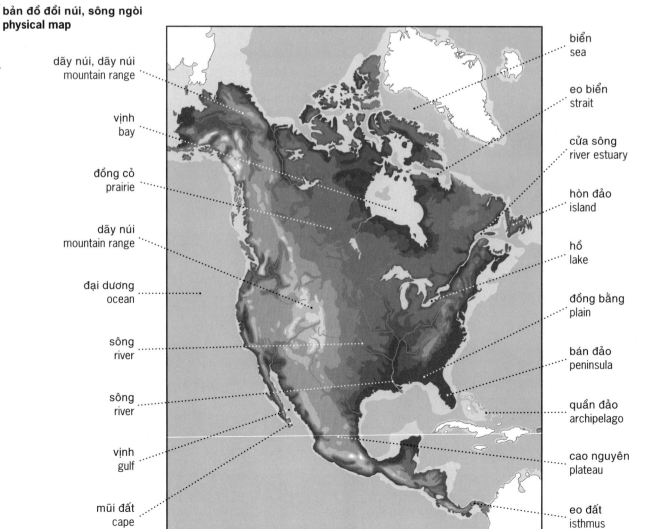

dãy núi, dãy núi
mountain range

vịnh
bay

đồng cỏ
prairie

dãy núi
mountain range

đại dương
ocean

sông
river

sông
river

vịnh
gulf

mũi đất
cape

biển
sea

eo biển
strait

cửa sông
river estuary

hòn đảo
island

hồ
lake

đồng bằng
plain

bán đảo
peninsula

quần đảo
archipelago

cao nguyên
plateau

eo đất
isthmus

bản đồ đường lộ
road map

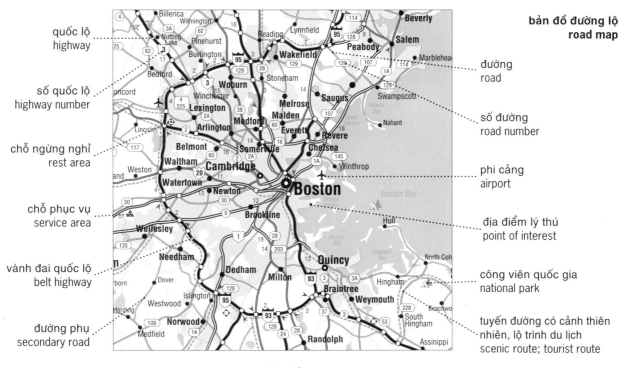

quốc lộ
highway

số quốc lộ
highway number

chỗ ngừng nghỉ
rest area

chỗ phục vụ
service area

vành đai quốc lộ
belt highway

đường phụ
secondary road

đường
road

số đường
road number

phi cảng
airport

địa điểm lý thú
point of interest

công viên quốc gia
national park

tuyến đường có cảnh thiên
nhiên, lộ trình du lịch
scenic route; tourist route

**THẺ LA BÀN
COMPASS CARD**

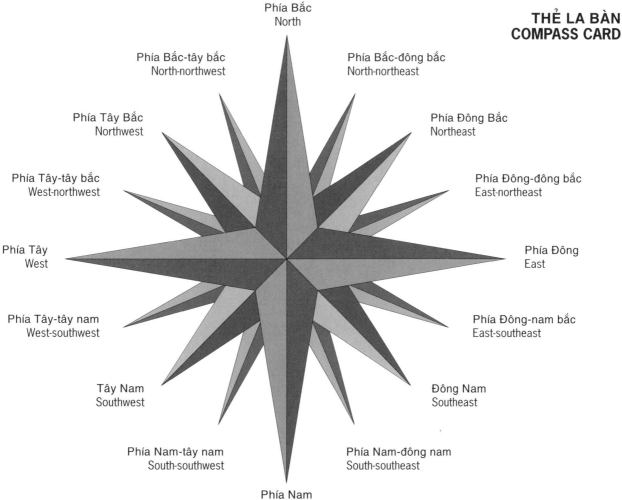

Phía Bắc
North

Phía Bắc-tây bắc
North-northwest

Phía Bắc-đông bắc
North-northeast

Phía Tây Bắc
Northwest

Phía Đông Bắc
Northeast

Phía Tây-tây bắc
West-northwest

Phía Đông-đông bắc
East-northeast

Phía Tây
West

Phía Đông
East

Phía Tây-tây nam
West-southwest

Phía Đông-nam bắc
East-southeast

Tây Nam
Southwest

Đông Nam
Southeast

Phía Nam-tây nam
South-southwest

Phía Nam-đông nam
South-southeast

Phía Nam
South

SINH THÁI HỌC
ECOLOGY

sự ấm dần của khí quyển
greenhouse effect

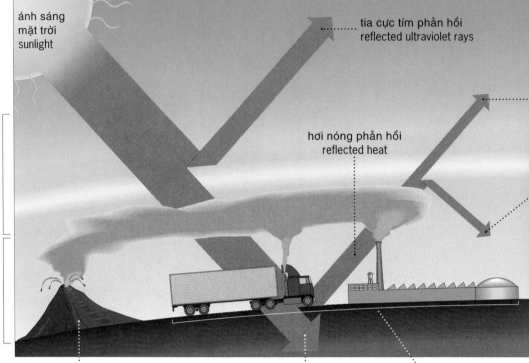

ánh sáng
mặt trời
sunlight

tia cực tím phản hồi
reflected ultraviolet rays

hơi nóng phản hồi
reflected heat

tầng bình lưu
stratosphere

tầng đối lưu
troposphere

núi lửa
volcano

sức nóng được hút
absorbed heat

nhiên liệu hóa thạch
fossil fuels

chuỗi thực phẩm
food chain

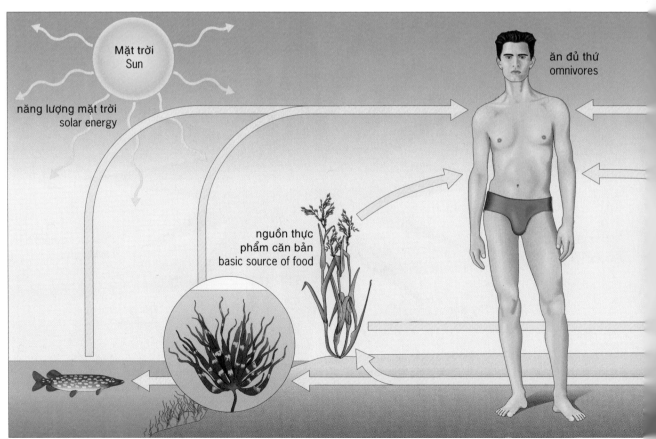

Mặt trời
Sun

ăn đủ thứ
omnivores

năng lượng mặt trời
solar energy

nguồn thực
phẩm căn bản
basic source of food

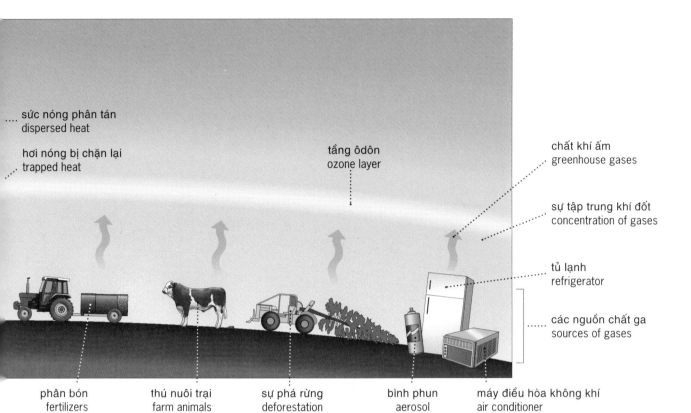

sức nóng phân tán
dispersed heat

hơi nóng bị chặn lại
trapped heat

tầng ôdôn
ozone layer

chất khí ấm
greenhouse gases

sự tập trung khí đốt
concentration of gases

tủ lạnh
refrigerator

các nguồn chất ga
sources of gases

phân bón
fertilizers

thú nuôi trại
farm animals

sự phá rừng
deforestation

bình phun
aerosol

máy điều hòa không khí
air conditioner

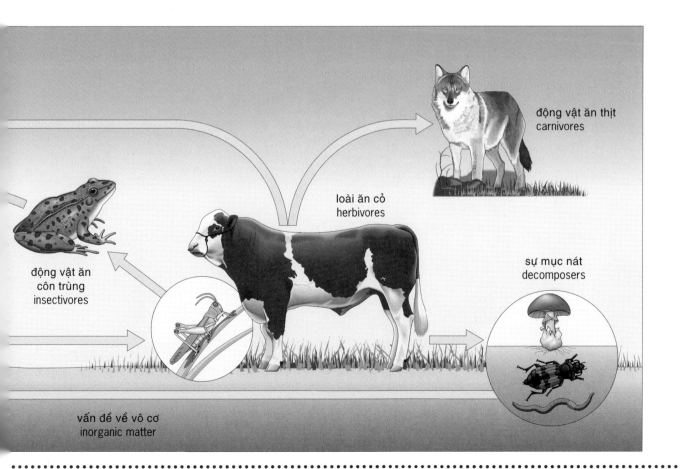

động vật ăn thịt
carnivores

loài ăn cỏ
herbivores

sự mục nát
decomposers

động vật ăn
côn trùng
insectivores

vấn đề về vô cơ
inorganic matter

SINH THÁI HỌC
ECOLOGY

sự ô nhiễm không khí
atmospheric pollution

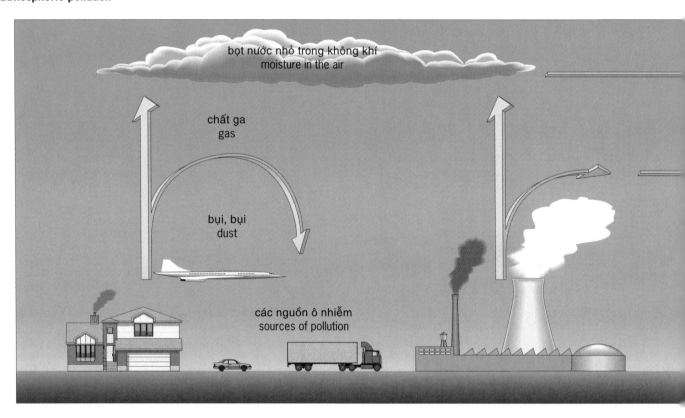

bọt nước nhỏ trong không khí
moisture in the air

chất ga
gas

bụi, bụi
dust

các nguồn ô nhiễm
sources of pollution

chu kỳ nước
water cycle

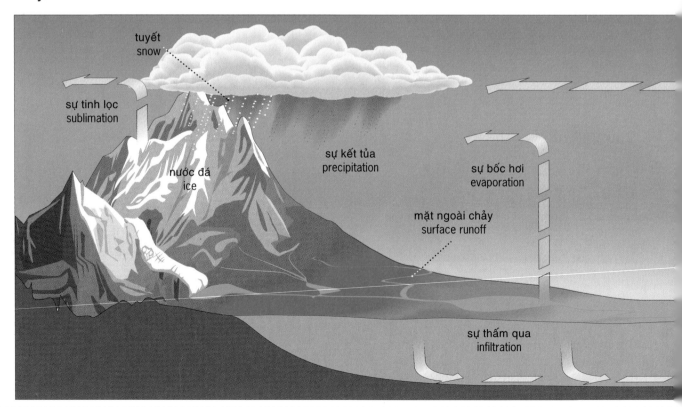

tuyết
snow

sự tinh lọc
sublimation

nước đá
ice

sự kết tủa
precipitation

sự bốc hơi
evaporation

mặt ngoài chảy
surface runoff

sự thấm qua
infiltration

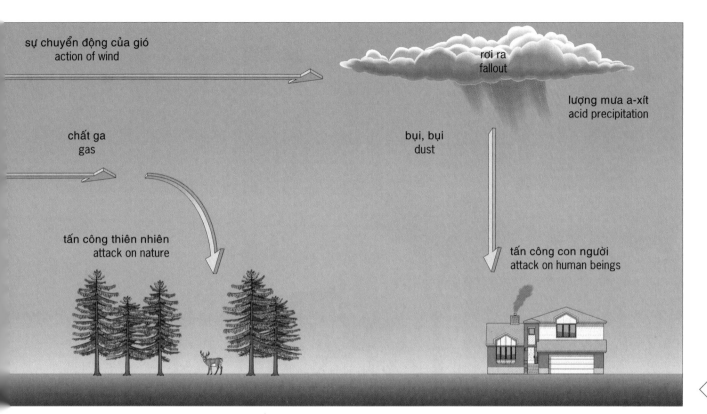

sự chuyển động của gió
action of wind

rơi ra
fallout

lượng mưa a-xít
acid precipitation

chất ga
gas

bụi, bụi
dust

tấn công thiên nhiên
attack on nature

tấn công con người
attack on human beings

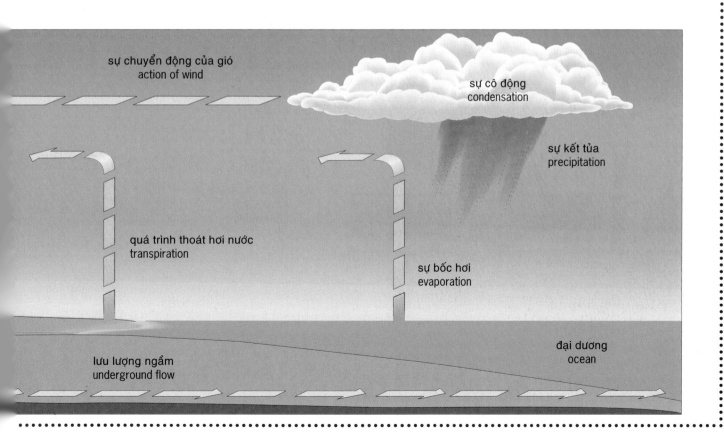

sự chuyển động của gió
action of wind

sự cô động
condensation

sự kết tủa
precipitation

quá trình thoát hơi nước
transpiration

sự bốc hơi
evaporation

đại dương
ocean

lưu lượng ngầm
underground flow

SINH THÁI HỌC
ECOLOGY

sự ô nhiễm thực phẩm trên đất
food pollution on ground

mưa a-xít
acid rain

sự ô nhiễm
trang trại
farm pollution

sự ô nhiễm thuộc
công nghiệp
industrial pollution

sự ô nhiễm thực phẩm trong nước
food pollution in water

phân bón
fertilizers

thuốc trừ sâu
pesticides

mặt ngoài chảy
surface runoff

sự ô nhiễm trang trại
farm pollution

lưu lượng ngầm
underground flow

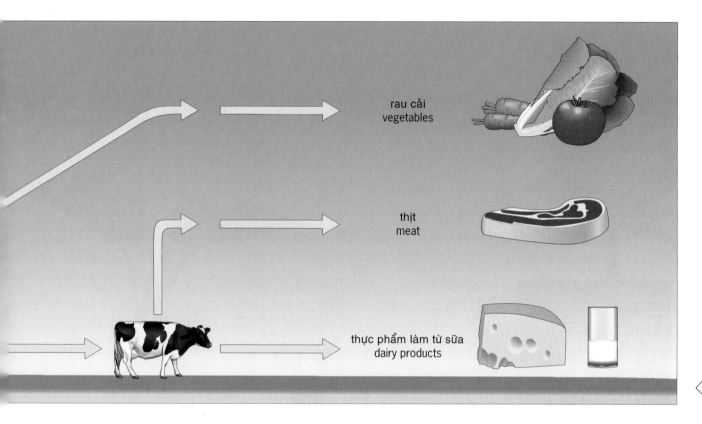

rau cải
vegetables

thịt
meat

thực phẩm làm từ sữa
dairy products

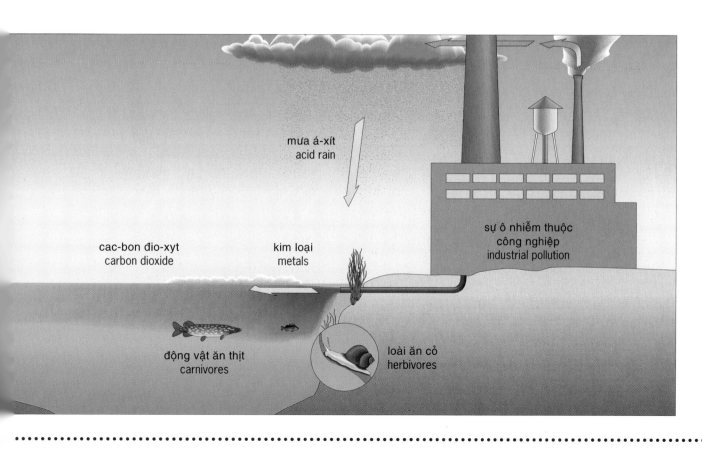

mưa á-xít
acid rain

sự ô nhiễm thuộc
công nghiệp
industrial pollution

cac-bon đio-xyt
carbon dioxide

kim loại
metals

động vật ăn thịt
carnivores

loài ăn cỏ
herbivores

CÂY VÀ ĐẤT
PLANT AND SOIL

**ĐẤT NHÌN NGHIÊNG
SOIL PROFILE**

**SỰ NẢY MẦM
GERMINATION**

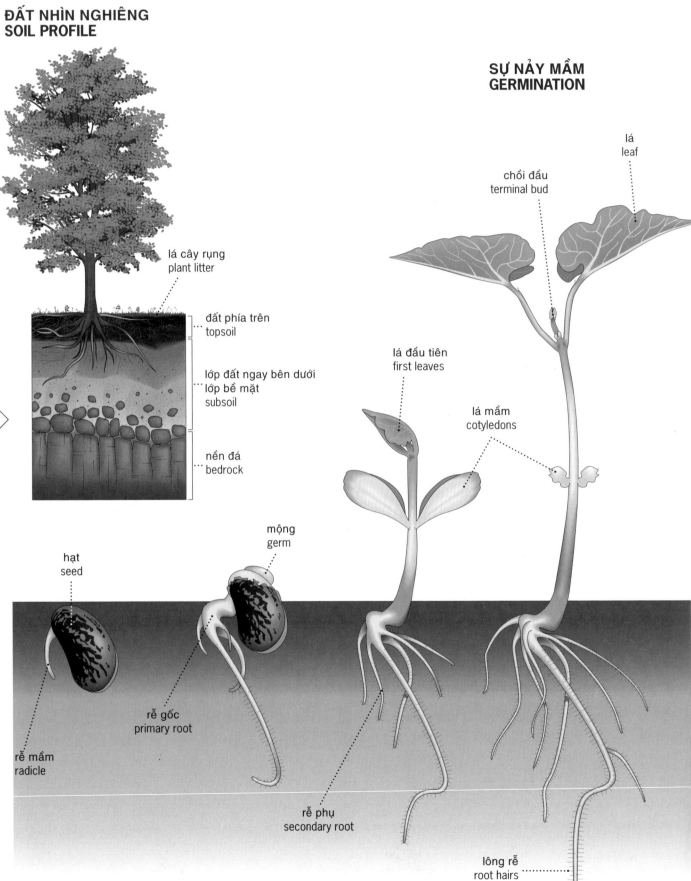

lá
leaf

chồi đầu
terminal bud

lá cây rụng
plant litter

đất phía trên
topsoil

lớp đất ngay bên dưới
lớp bề mặt
subsoil

nền đá
bedrock

lá đầu tiên
first leaves

lá mầm
cotyledons

34

mộng
germ

hạt
seed

rễ gốc
primary root

rễ mầm
radicle

rễ phụ
secondary root

lông rễ
root hairs

NẤM
MUSHROOM

sự cấu tạo của nấm
structure of a mushroom

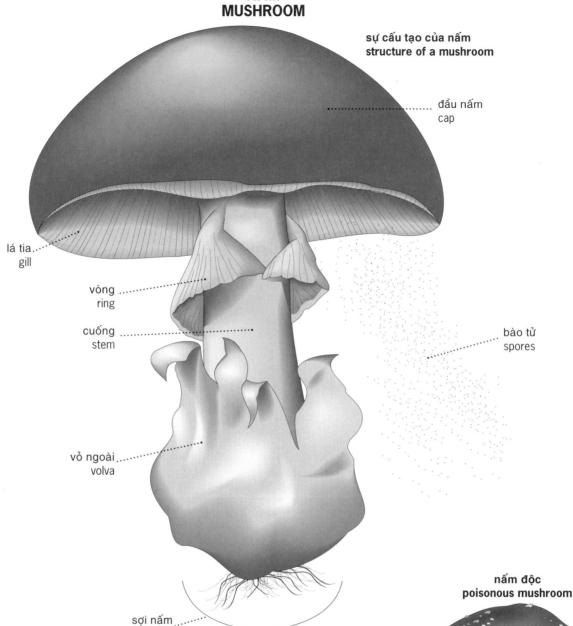

đầu nấm
cap

lá tia
gill

vòng
ring

cuống
stem

vỏ ngoài
volva

bào tử
spores

sợi nấm
mycelium

nấm độc
poisonous mushroom

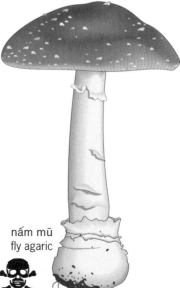

nấm ăn được
edible mushroom

nấm giết người
deadly mushroom

thiên thần giết người
destroying angel

nấm mũ
fly agaric

nấm trồng
cultivated mushroom

THẾ GIỚI THỰC VẬT

PLANT KINGDOM

**CẤU TRÚC MỘT CÂY
STRUCTURE OF A PLANT**

**LÁ KÉP
COMPOUND LEAVES**

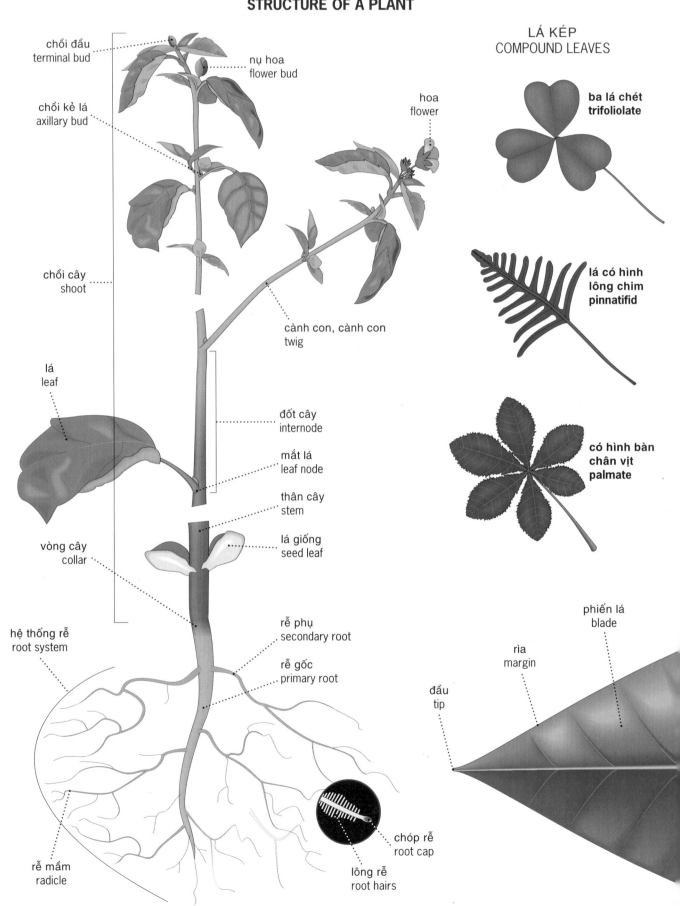

chồi đầu
terminal bud

nụ hoa
flower bud

hoa
flower

**ba lá chét
trifoliolate**

chồi kẻ lá
axillary bud

**lá có hình
lông chim
pinnatifid**

chồi cây
shoot

cành con, cành con
twig

lá
leaf

**có hình bàn
chân vịt
palmate**

36

đốt cây
internode

mắt lá
leaf node

thân cây
stem

lá giống
seed leaf

vòng cây
collar

phiến lá
blade

rễ phụ
secondary root

hệ thống rễ
root system

rễ gốc
primary root

rìa
margin

đầu
tip

chóp rễ
root cap

rễ mầm
radicle

lông rễ
root hairs

LÁ ĐƠN
SIMPLE LEAVES

RÌA LÁ
LEAF MARGINS

đường kẻ
linear

toàn bộ
entire

lông mịn
ciliate

hình mũi giáo
lanceolate

chia từng khía
lobate

khía lá
crenate

hình tròn
orbiculate

răng khía
dentate

gân
vein

gân lá giữa
midrib

lá
leaf

cuống lá
petiole

vỏ
sheath

bẹ lá
stipule

trục cuống lá
leaf axil

HOA
FLOWERS

cấu trúc một cái hoa
structure of a flower

đầu nhụy
stigma

cuống
nhụy hoa
filament

cánh hoa
petal

bao phấn
anther

đài hoa
sepal

đế hoa
receptacle

bầu nhụy
ovary

vòi nhị
style

tiểu noãn
ovule

cuống nhỏ
pedicel

tràng hoa
corolla

nhị hoa
stamen

nhụy hoa
pistil

đài hoa
calyx

THÍ DỤ VỀ HOA
EXAMPLES OF FLOWERS

hoa tím
violet

hoa lan
orchid

hoa uất kim cương
tulip

hoa anh túc
poppy

hoa hồng
rose

hoa thu hải đường
begonia

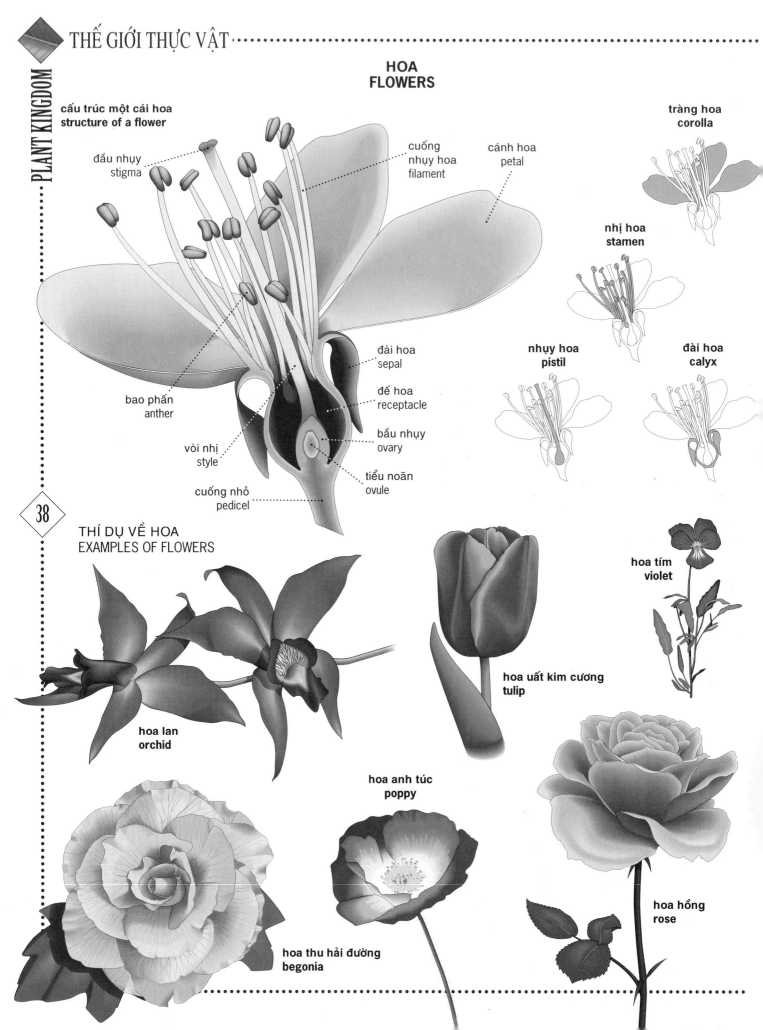

38

hoa loa kèn
lily

hoa hướng dương
sunflower

hoa lan chuông
lily of the valley

hoa nghệ tây
crocus

hoa cẩm chướng
carnation

hoa thủy tiên
daffodil

CÂY
TREE

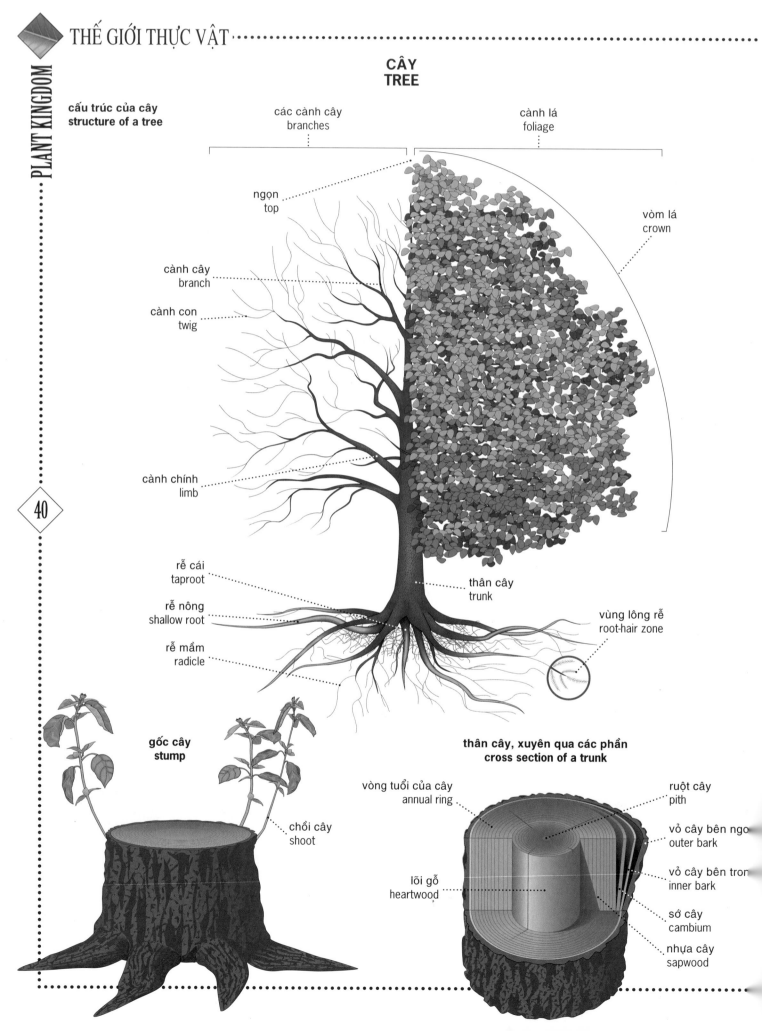

cấu trúc của cây
structure of a tree

các cành cây
branches

cành lá
foliage

ngọn
top

vòm lá
crown

cành cây
branch

cành con
twig

cành chính
limb

40

rễ cái
taproot

thân cây
trunk

rễ nông
shallow root

vùng lông rễ
root-hair zone

rễ mầm
radicle

gốc cây
stump

thân cây, xuyên qua các phần
cross section of a trunk

vòng tuổi của cây
annual ring

ruột cây
pith

chồi cây
shoot

vỏ cây bên ngo
outer bark

lõi gỗ
heartwood

vỏ cây bên tron
inner bark

sớ cây
cambium

nhựa cây
sapwood

THÍ DỤ VỀ CÂY
EXAMPLES OF TREES

cây dương
poplar

cây sồi
oak

cây thích
maple

PLANT KINGDOM

cây cọ
palm tree

cây liễu rủ cành
weeping willow

42

cây bu lô
birch

CÂY THÔNG
CONIFER

cây thông rụng lá
larch

cây thông có tàng dù
umbrella pine

quả thông
cone

hạt giống cây thông
pine seeds

CÁC LOẠI LÁ
TYPES OF LEAVES

kim lá thông
fir needles

lá cây bách
cypress scalelike leaves

lá thông hình kim
pine needles

cành cây
branch

quả thông cái
female cone

quả thông đực
male cone

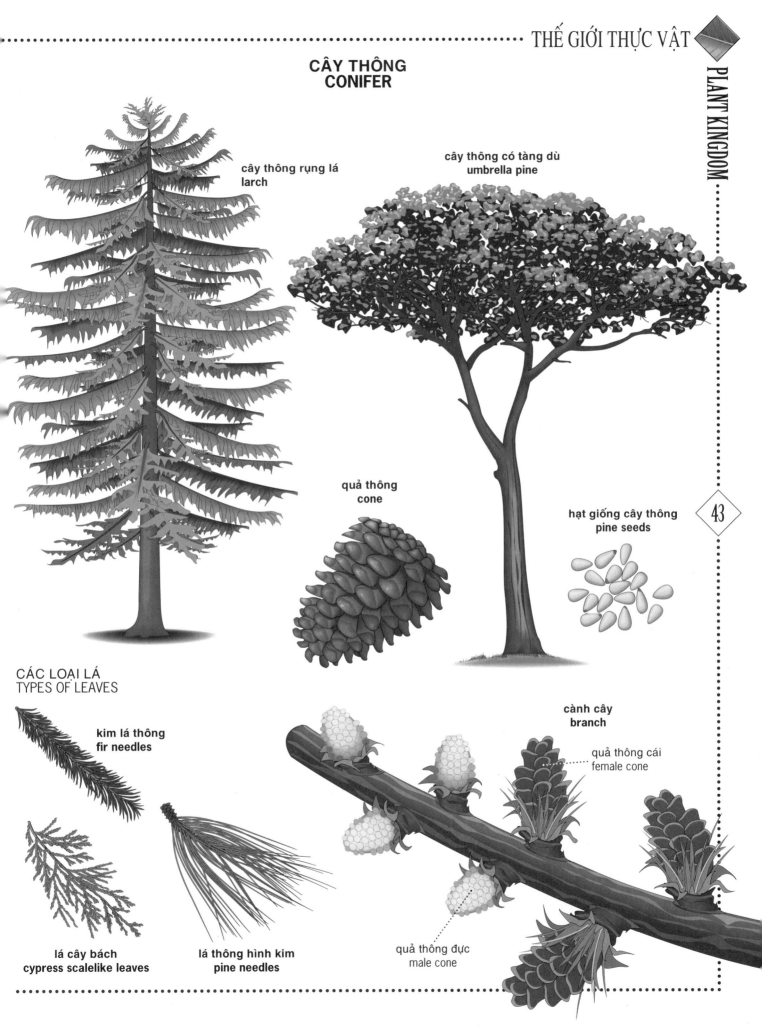

FRUITS AND VEGETABLES

TRÁI CÂY NHIỀU THỊT: CÁC QUẢ MỌNG
FLESHY FRUITS: BERRY FRUITS

phần của quả mọng
section of a berry

CÁC LOẠI QUẢ MỌNG TO
MAJOR TYPES OF BERRIES

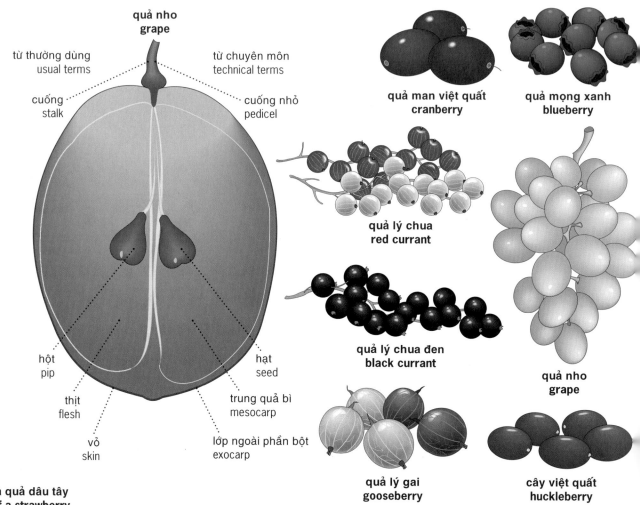

quả nho
grape

từ thường dùng
usual terms

từ chuyên môn
technical terms

cuống
stalk

cuống nhỏ
pedicel

hột
pip

hạt
seed

thịt
flesh

trung quả bì
mesocarp

vỏ
skin

lớp ngoài phần bột
exocarp

quả man việt quất
cranberry

quả mọng xanh
blueberry

quả lý chua
red currant

quả lý chua đen
black currant

quả nho
grape

quả lý gai
gooseberry

cây việt quất
huckleberry

44

phần của quả dâu tây
section of a strawberry

phần của quả mâm xôi
section of a raspberry

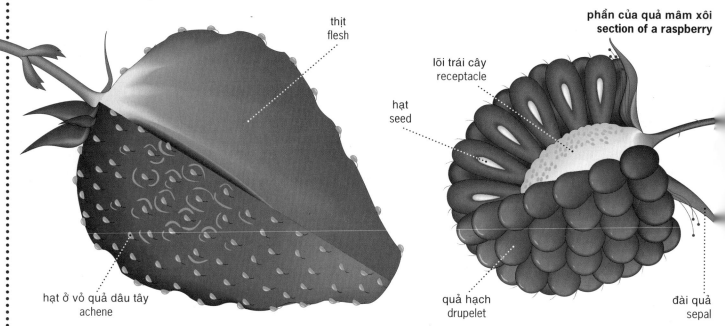

thịt
flesh

lõi trái cây
receptacle

hạt
seed

hạt ở vỏ quả dâu tây
achene

quả hạch
drupelet

đài quả
sepal

TRÁI CÂY CÓ HỘT NHIỀU THỊT
FLESHY STONE FRUITS

phần của quả có hột
section of a stone fruit

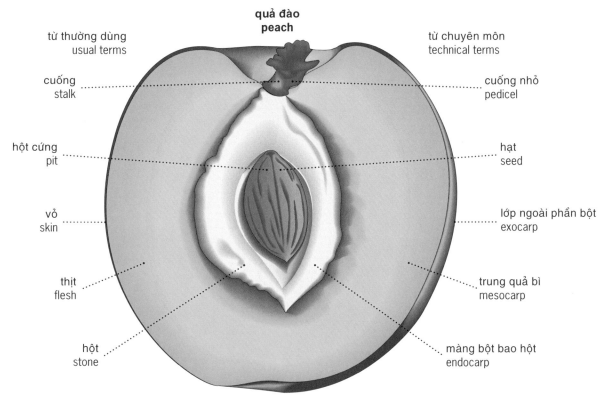

quả đào
peach

từ thường dùng
usual terms

từ chuyên môn
technical terms

cuống
stalk

cuống nhỏ
pedicel

hột cứng
pit

hạt
seed

vỏ
skin

lớp ngoài phần bột
exocarp

thịt
flesh

trung quả bì
mesocarp

hột
stone

màng bột bao hột
endocarp

CÁC LOẠI QUẢ CÓ HỘT CHÍNH
MAJOR TYPES OF STONE FRUITS

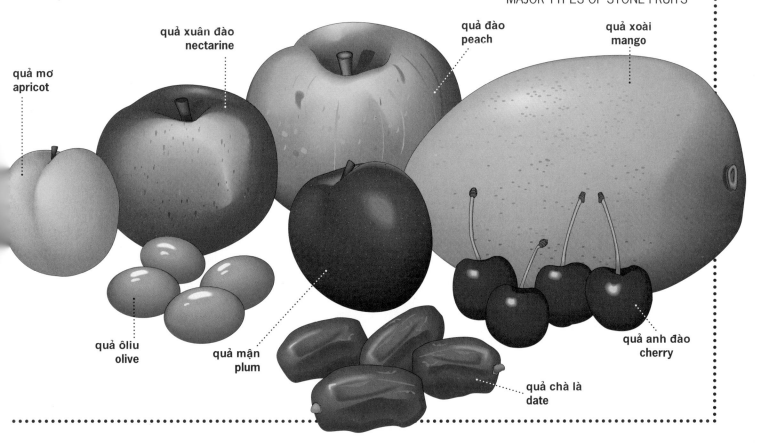

quả xuân đào
nectarine

quả đào
peach

quả xoài
mango

quả mơ
apricot

quả ôliu
olive

quả mận
plum

quả chà là
date

quả anh đào
cherry

QUẢ TÁO NHIỀU THỊT
FLESHY POME FRUITS

phần của quả táo
section of a pome fruit

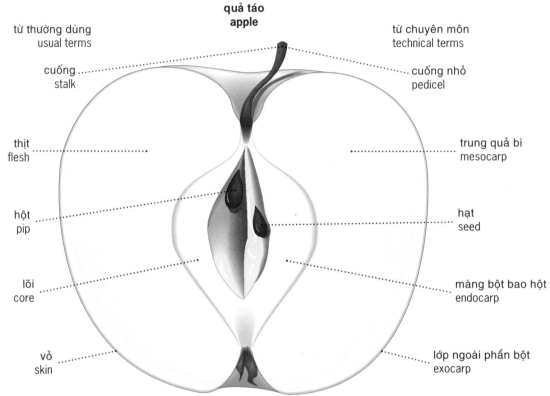

quả táo
apple

từ thường dùng
usual terms

từ chuyên môn
technical terms

cuống
stalk

cuống nhỏ
pedicel

thịt
flesh

trung quả bì
mesocarp

hột
pip

hạt
seed

lõi
core

màng bột bao hột
endocarp

vỏ
skin

lớp ngoài phần bột
exocarp

46

CÁC LOẠI QUẢ TÁO CHÍNH
MAJOR TYPES OF POME FRUITS

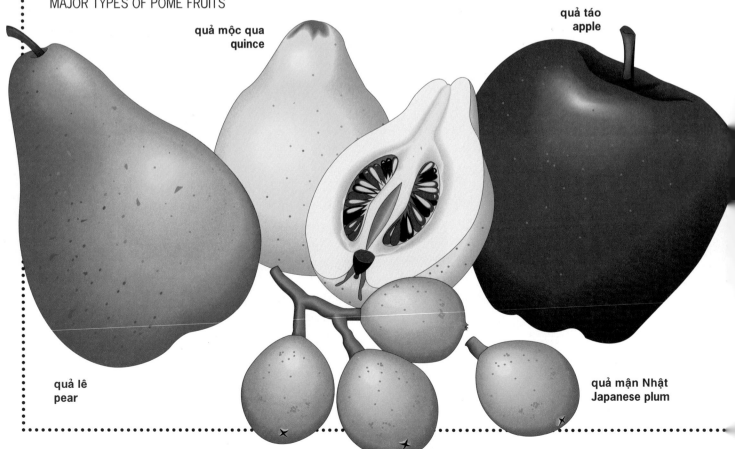

quả mộc qua
quince

quả táo
apple

quả lê
pear

quả mận Nhật
Japanese plum

TRÁI CÂY NHIỀU THỊT: QUẢ HỌ CAM QUÍT
FLESHY FRUITS: CITRUS FRUITS

phần của quả họ cam quít
section of a citrus fruit

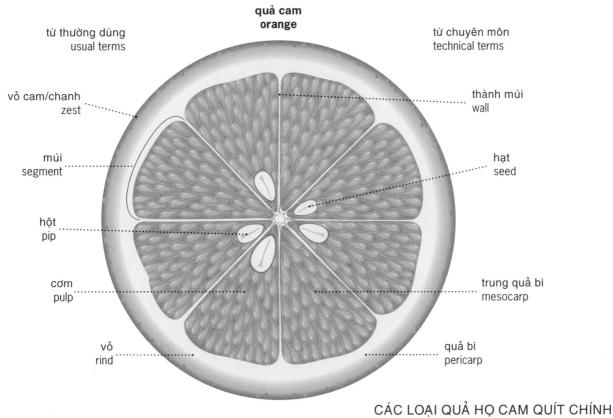

quả cam
orange

từ thường dùng
usual terms

từ chuyên môn
technical terms

vỏ cam/chanh
zest

thành múi
wall

múi
segment

hạt
seed

hột
pip

cơm
pulp

trung quả bì
mesocarp

vỏ
rind

quả bì
pericarp

CÁC LOẠI QUẢ HỌ CAM QUÍT CHÍNH
MAJOR TYPES OF CITRUS FRUITS

quả chanh
lemon

quả chanh lá cam
lime

quả quít
mandarin

quả cam
orange

quả bưởi
grapefruit

TRÁI CÂY NHIỆT ĐỚI
TROPICAL FRUITS

CÁC LOẠI TRÁI CÂY NHIỆT ĐỚI CHÍNH
MAJOR TYPES OF TROPICAL FRUITS

quả vải
litchi

quả kivi
kiwi

quả ổi
guava

quả hồng vàng Nhật
Japanese persimmon

quả vả Ấn Độ
Indian fig

quả na
cherimoya

quả vả
fig

quả đu đủ
papaya

quả lựu
pomegranate

quả chuối
banana

quả bơ
avocado

quả dứa
pineapple

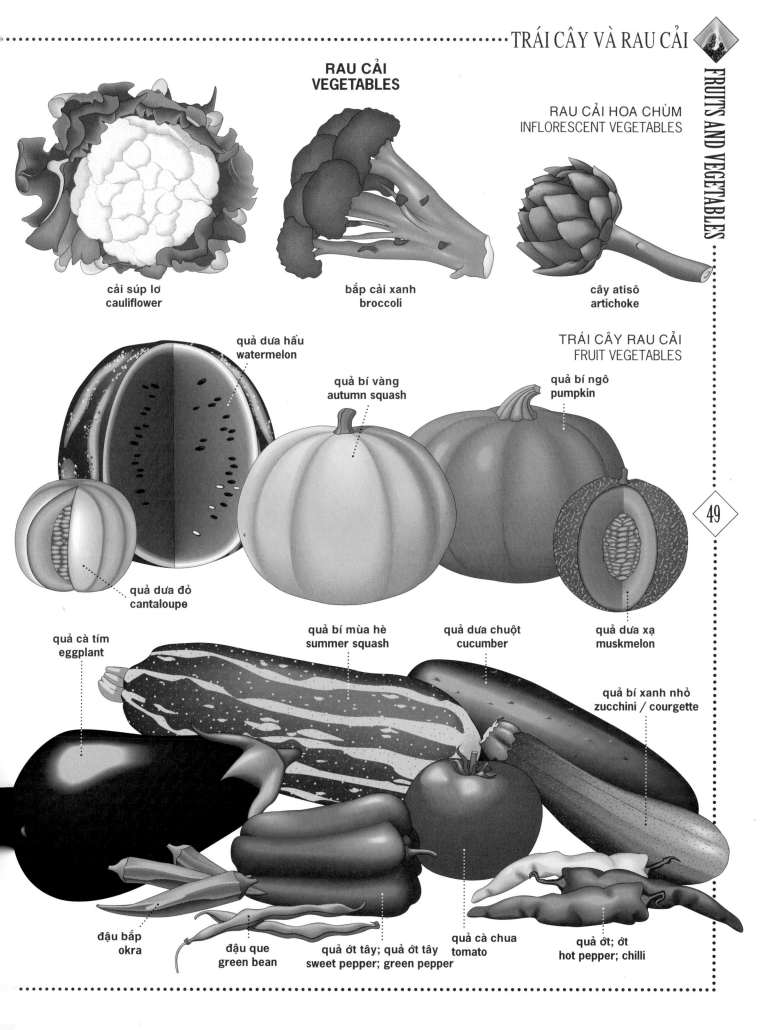

RAU CẢI
VEGETABLES

RAU CẢI HOA CHÙM
INFLORESCENT VEGETABLES

cải súp lơ
cauliflower

bắp cải xanh
broccoli

cây atisô
artichoke

quả dưa hấu
watermelon

quả bí vàng
autumn squash

TRÁI CÂY RAU CẢI
FRUIT VEGETABLES

quả bí ngô
pumpkin

quả dưa đỏ
cantaloupe

quả dưa xạ
muskmelon

quả cà tím
eggplant

quả bí mùa hè
summer squash

quả dưa chuột
cucumber

quả bí xanh nhỏ
zucchini / courgette

đậu bắp
okra

đậu que
green bean

quả ớt tây; quả ớt tây
sweet pepper; green pepper

quả cà chua
tomato

quả ớt; ớt
hot pepper; chilli

49

RAU CẢI
VEGETABLES

phần của một củ
section of a bulb

chồi
bud

củ con
bulbil

lớp lá
scale leaf

nhiều lá
fleshy leaves

rễ
root

cuống ngầm
underground stem

CỦ RAU CẢI
BULB VEGETABLES

50

củ tỏi
garlic

tỏi tây
leek

củ hẹ
shallot

củ hành vàng
yellow onion

củ hành ngâm chua
pickling onion

hành lá
scallion

hành lá tây
chives

CỦ RAU CẢI
TUBER VEGETABLES

củ atisô Je-ru-sa-lem
Jerusalem artichoke

khoai tây
potato

củ khoai lương
sweet potato

RAU CỦ
ROOT VEGETABLES

củ su hào
kohlrabi

củ cần tây
celeriac

củ cải Thuỵ Điển
swede

củ cải đường
beet

củ cải
turnip

củ cải ngựa
horseradish

củ cải
parsnip

củ cà rốt
carrot

củ cải
radish

củ diếp củ
salsify

FRUITS AND VEGETABLES

RAU CẢI
VEGETABLES

CỌNG CẢI
STALK VEGETABLES

cuống lá
cardoon

cây đại hoàng
rhubarb

củ cải có lá
Swiss chard

cây thì là
fennel

cần tây
celery

cây măng tây
asparagus

52

RAU CẢI HẠT
SEED VEGETABLES

bắp ngô
sweet corn

râu bắp
silk

lõi ngô
cob

vỏ
husk

hạt
kernel

đậu ván
broad beans

đậu hoa
sweet peas

hạt đậu xanh
green peas

đậu lăng
lentils

hạt đậu
chick peas

đậu nành
soy beans

giá đỗ
bean sprouts

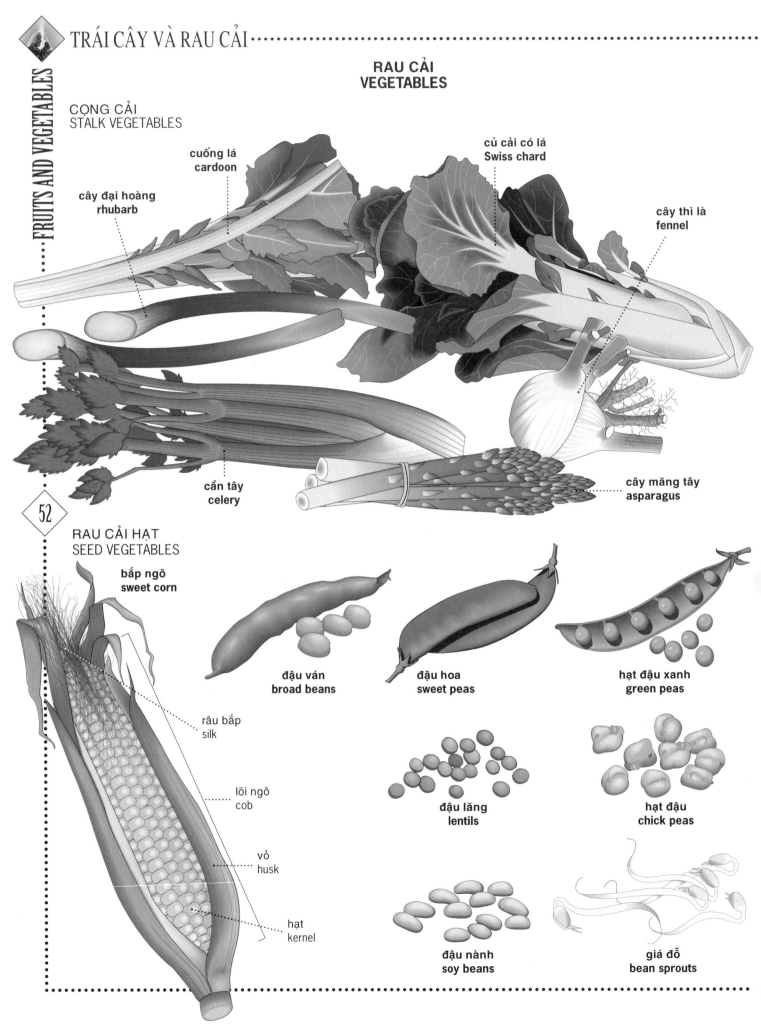

LÁ RAU CẢI
LEAF VEGETABLES

bắp cải xanh
green cabbage

cải bắp rau diếp
cabbage lettuce

rau dền
spinach

rau diếp quăn
curly endive

bắp cải trắng
white cabbage

cây diếp xoăn
chicory

loại rau diếp
romaine lettuce

rau diếp quăn, lá to
broad-leaved endive

bắp cải Tàu
Chinese cabbage

cải bồ công anh
dandelion

cải xoăn
curly kale

lá me đất
garden sorrel

cải Brus-sels
Brussels sprouts

rau cải xoong
watercress

rau zanh
corn salad

lá nho
vine leaf

53

LÀM VƯỜN
GARDENING

cái xẻng bứng cây
trowel

cái nĩa bằng tay
hand fork

đồ xới đất bằng tay
hand cultivator

kéo tỉa cành
pruning shears

máy cắt cỏ
lawnmower

điều chỉnh tốc độ
speed control

khóa bật mở máy
ignition key

bình tưới nước
watering can

tay cầm
handle

tay cầm an toàn
safety handle

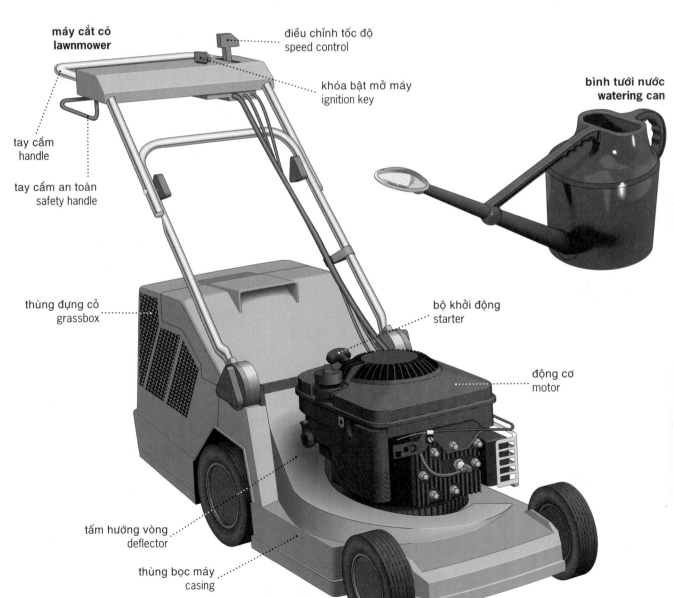

thùng đựng cỏ
grassbox

bộ khởi động
starter

động cơ
motor

tấm hướng vòng
deflector

thùng bọc máy
casing

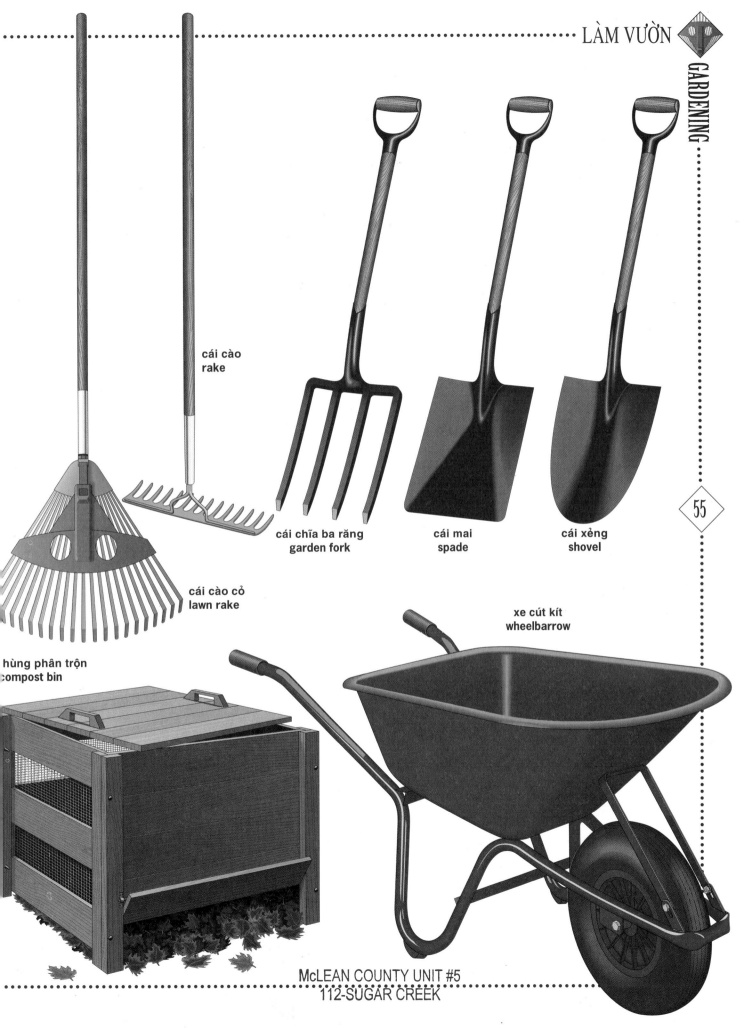

cái cào
rake

cái cào cỏ
lawn rake

cái chĩa ba răng
garden fork

cái mai
spade

cái xẻng
shovel

55

hùng phân trộn
compost bin

xe cút kít
wheelbarrow

CÔN TRÙNG VÀ CON NHỆN
INSECTS AND SPIDER

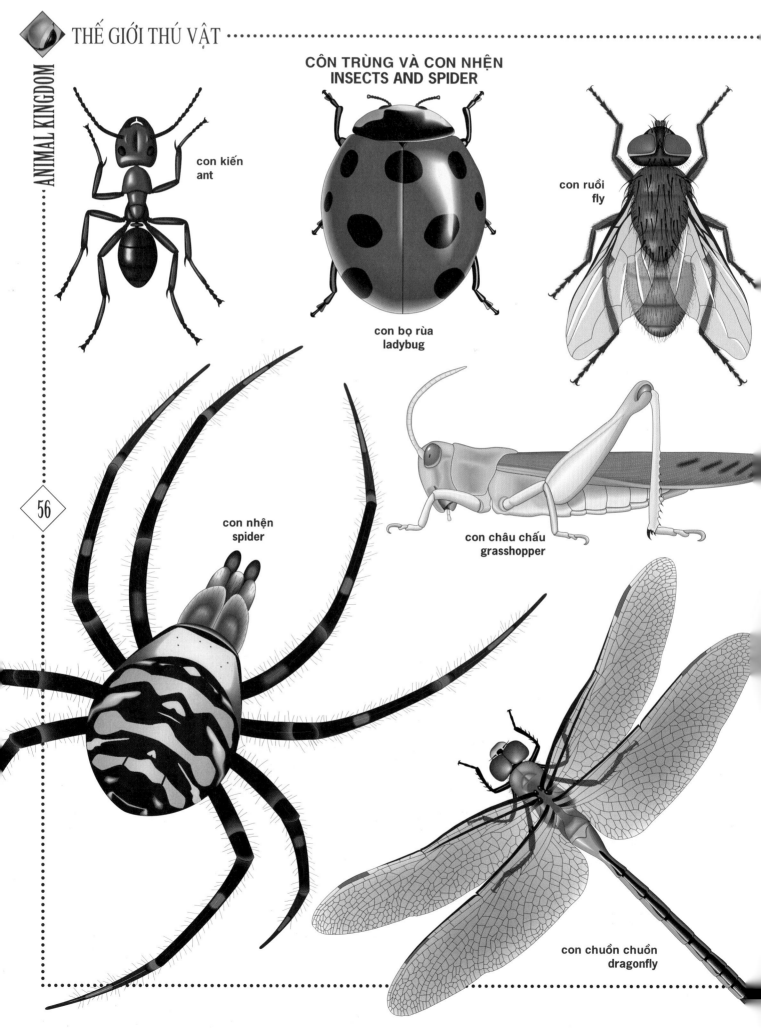

con kiến
ant

con bọ rùa
ladybug

con ruồi
fly

con nhện
spider

con châu chấu
grasshopper

con chuồn chuồn
dragonfly

56

CON BƯỚM
BUTTERFLY

con sâu
caterpillar

đầu
head

mắt đơn
simple eye

hàm dưới
mandible

chân bò
walking leg

chân phụ
proleg

cánh trước
forewing

con nhộng
chrysalis

gân cánh
wing vein

lỗ cánh bướm
cell

ức
thorax

đầu
head

râu
antenna

cánh sau
hind wing

râu sờ
labial palp

mắt kép
compound eye

vòi
proboscis

chân trước
foreleg

chân giữa
middle leg

vuốt
claw

bụng
abdomen

chân sau
hind leg

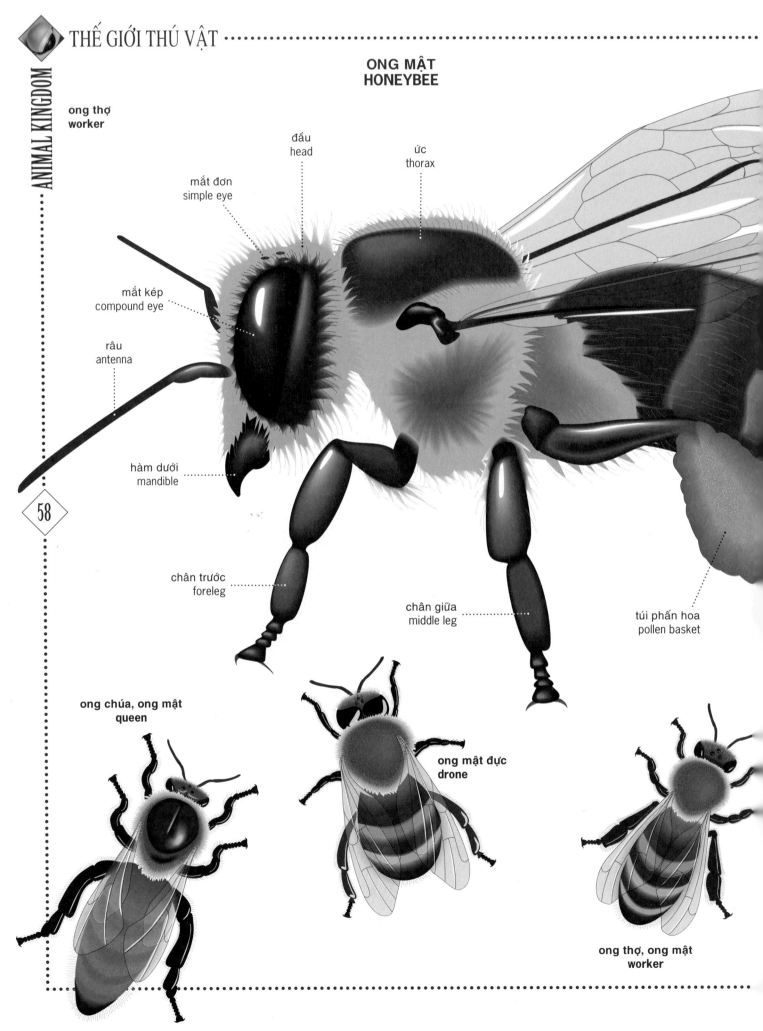

**ONG MẬT
HONEYBEE**

ong thợ
worker

đầu
head

úc
thorax

mắt đơn
simple eye

mắt kép
compound eye

râu
antenna

hàm dưới
mandible

chân trước
foreleg

chân giữa
middle leg

túi phấn hoa
pollen basket

ong chúa, ong mật
queen

ong mật đực
drone

ong thợ, ong mật
worker

tổ ong
hive

mái
roof

ổ chốp bay ra
exit cone

tầng ong
honeycomb

bụng
abdomen

trên
super

lỗ tổ ong
cell

chuồng tổ ong
hive body

vòi chích
stinger

tấm để ong đậu lại
alighting board

chân sau
hind leg

lối vào
entrance

ván cho vào
entrance slide

khu tầng ong
honeycomb section

lỗ mật ong
honey cell

con nhộng
chrysalis

phấn hoa lỗ tổ ong
pollen cell

trứng
egg

lỗ tổ ong bịt kín
sealed cell

lỗ tổ ong chúa
queen cell

ANIMAL KINGDOM

ĐỘNG VẬT LƯỠNG CƯ
AMPHIBIANS

con ếch
frog

mí mắt trên
upper eyelid

mõm
snout

nhãn cầu
eyeball

lỗ mũi
nostril

da
skin

miệng
mouth

mí mắt dưới
lower eyelid

màng tai
eardrum

chân trước
forelimb

ngón chân
digit

chân có màng
webbed foot

màng da
web

60

chân sau
hind limb

CHU KỲ ĐỜI SỐNG CỦA ẾCH
LIFE CYCLE OF THE FROG

trứng
eggs

con nòng nọc
tadpole

mang cái
operculum

chân trước
forelimb

mang ngoài
external gills

chân sau
hind limb

ĐỘNG VẬT LƯỠNG CƯ
MAJOR AMPHIBIANS

con kỳ nhông
salamander

nhái bén
tree frog

con cóc
toad

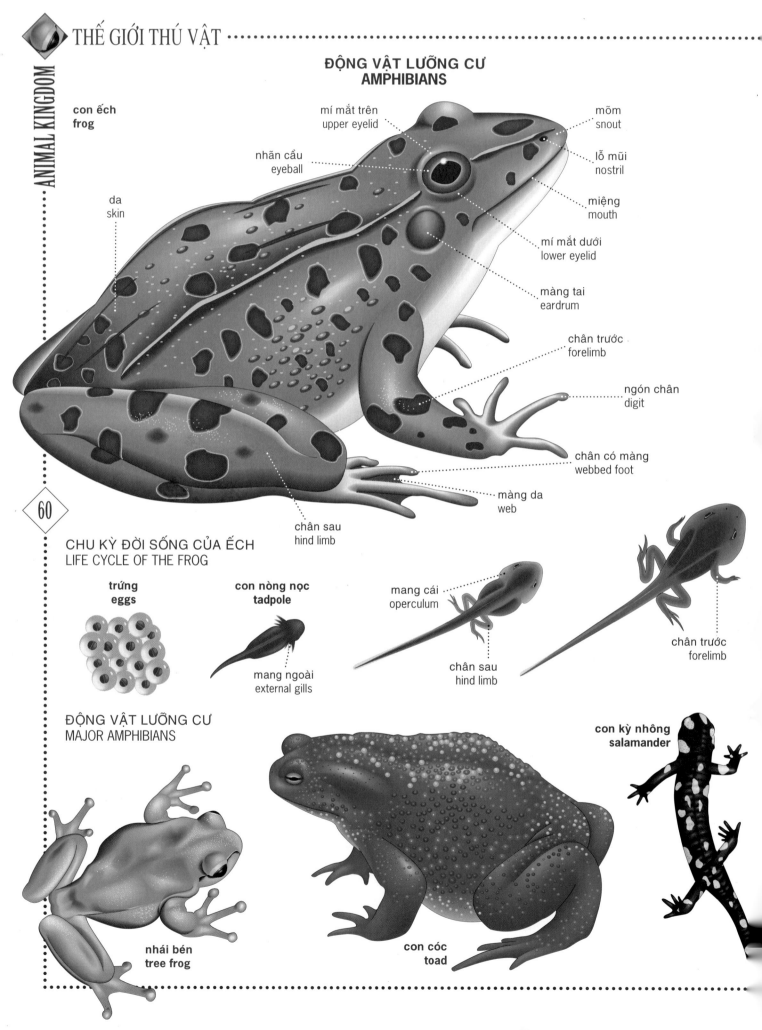

LOÀI TÔM CUA
CRUSTACEANS

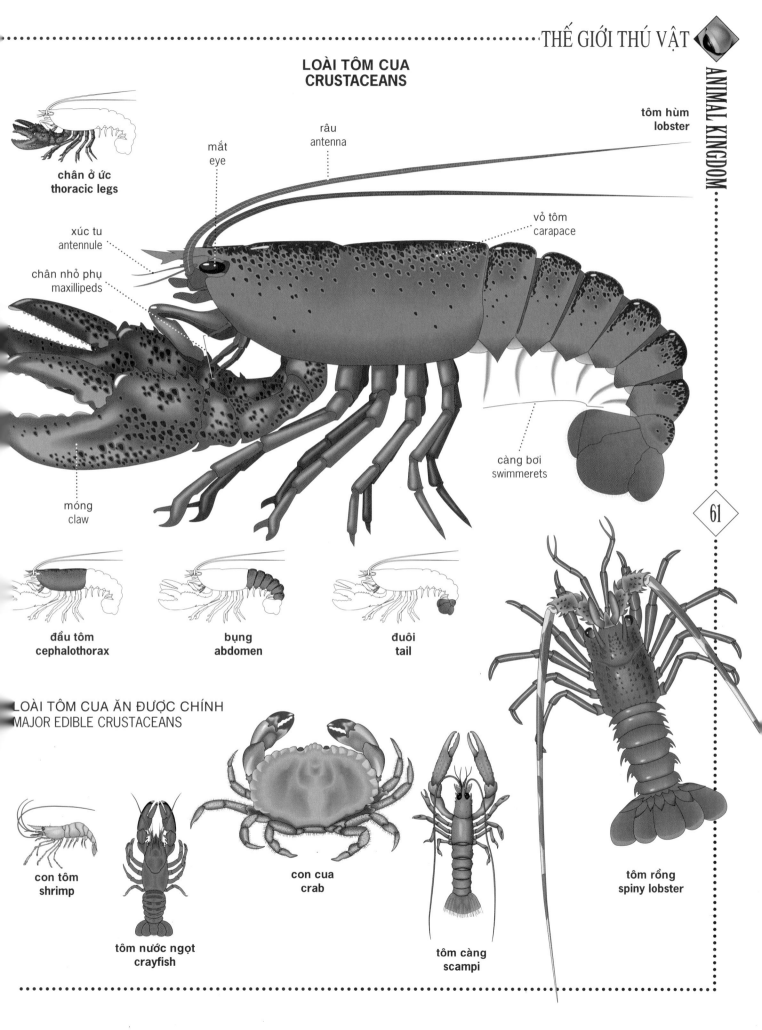

chân ở ức
thoracic legs

mắt
eye

râu
antenna

tôm hùm
lobster

vỏ tôm
carapace

xúc tu
antennule

chân nhỏ phụ
maxillipeds

càng bơi
swimmerets

móng
claw

đầu tôm
cephalothorax

bụng
abdomen

đuôi
tail

61

LOÀI TÔM CUA ĂN ĐƯỢC CHÍNH
MAJOR EDIBLE CRUSTACEANS

con tôm
shrimp

con cua
crab

tôm rồng
spiny lobster

tôm nước ngọt
crayfish

tôm càng
scampi

ANIMAL KINGDOM

CÁ
FISHES

HÌNH THÁI HỌC
MORPHOLOGY

vây lưng thứ nhất
first dorsal fin

lỗ mũi
nostril

mang cá
gills

hàm dưới
mandible

hàm trên
maxilla

cá ngựa
sea horse

vây ngực
pectoral fin

vây thuộc khung chậu
pelvic fin

62

cá hồi
trout

cá mũi kiếm
swordfish

cá ngừ
tuna

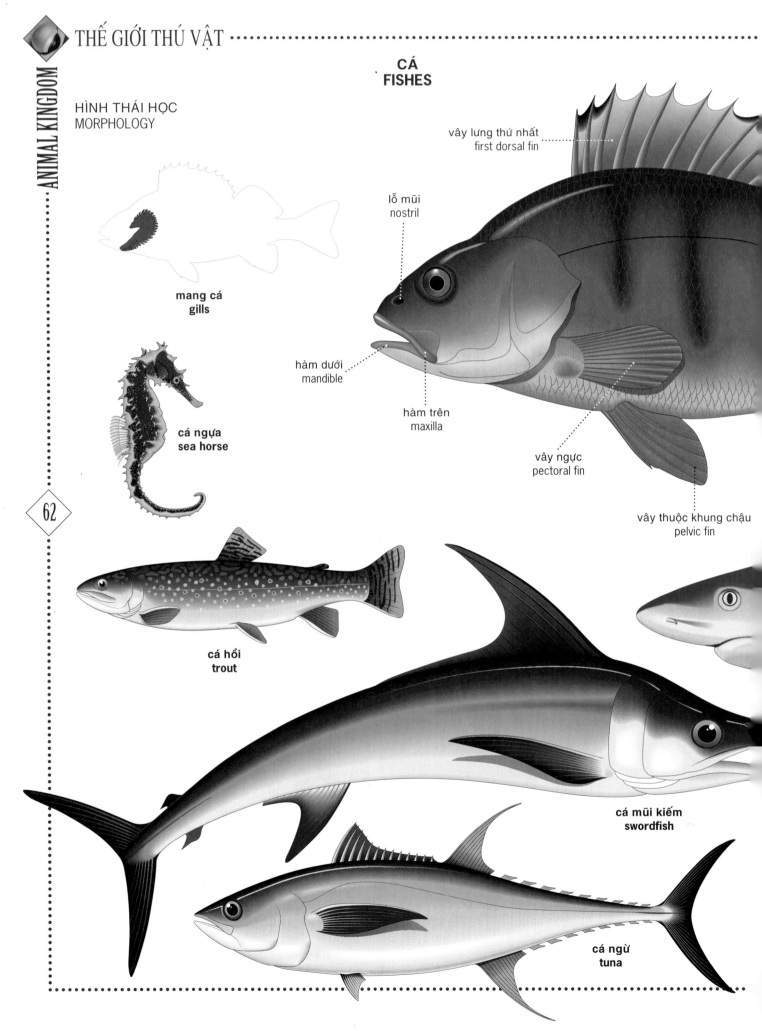

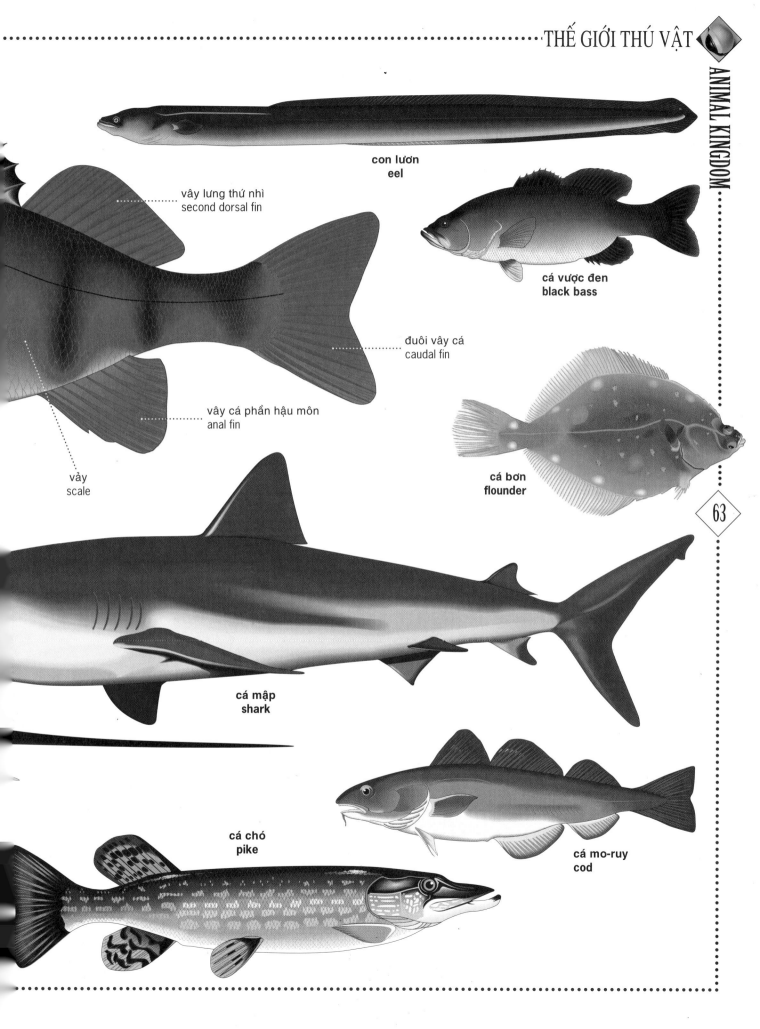

con lươn
eel

vây lưng thứ nhì
second dorsal fin

cá vược đen
black bass

đuôi vây cá
caudal fin

vây cá phần hậu môn
anal fin

cá bơn
flounder

vảy
scale

cá mập
shark

cá chó
pike

cá mo-ruy
cod

LOẠI BÒ SÁT
REPTILES

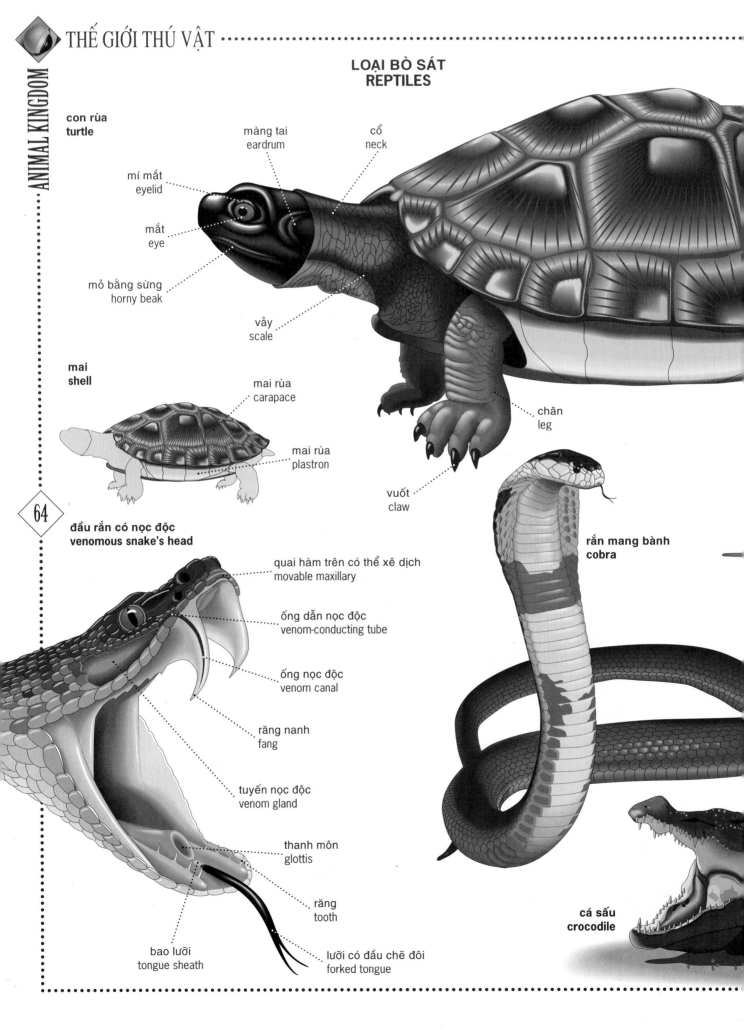

con rùa
turtle

màng tai
eardrum

cổ
neck

mí mắt
eyelid

mắt
eye

mỏ bằng sừng
horny beak

vảy
scale

mai
shell

mai rùa
carapace

mai rùa
plastron

chân
leg

vuốt
claw

64

đầu rắn có nọc độc
venomous snake's head

quai hàm trên có thể xê dịch
movable maxillary

ống dẫn nọc độc
venom-conducting tube

ống nọc độc
venom canal

răng nanh
fang

tuyến nọc độc
venom gland

thanh môn
glottis

răng
tooth

bao lưỡi
tongue sheath

lưỡi có đầu chẽ đôi
forked tongue

rắn mang bành
cobra

cá sấu
crocodile

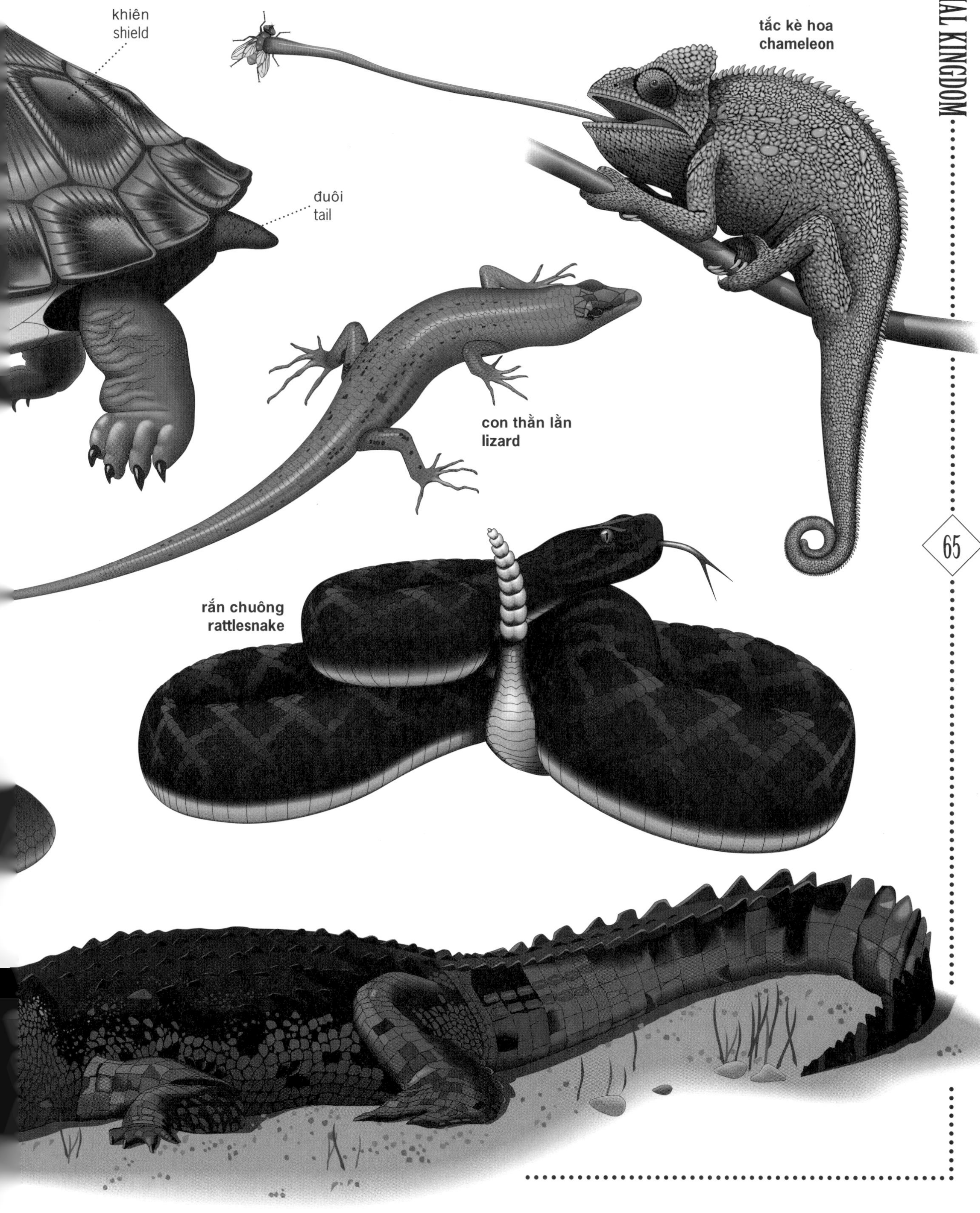

khiên
shield

đuôi
tail

tắc kè hoa
chameleon

con thần lằn
lizard

rắn chuông
rattlesnake

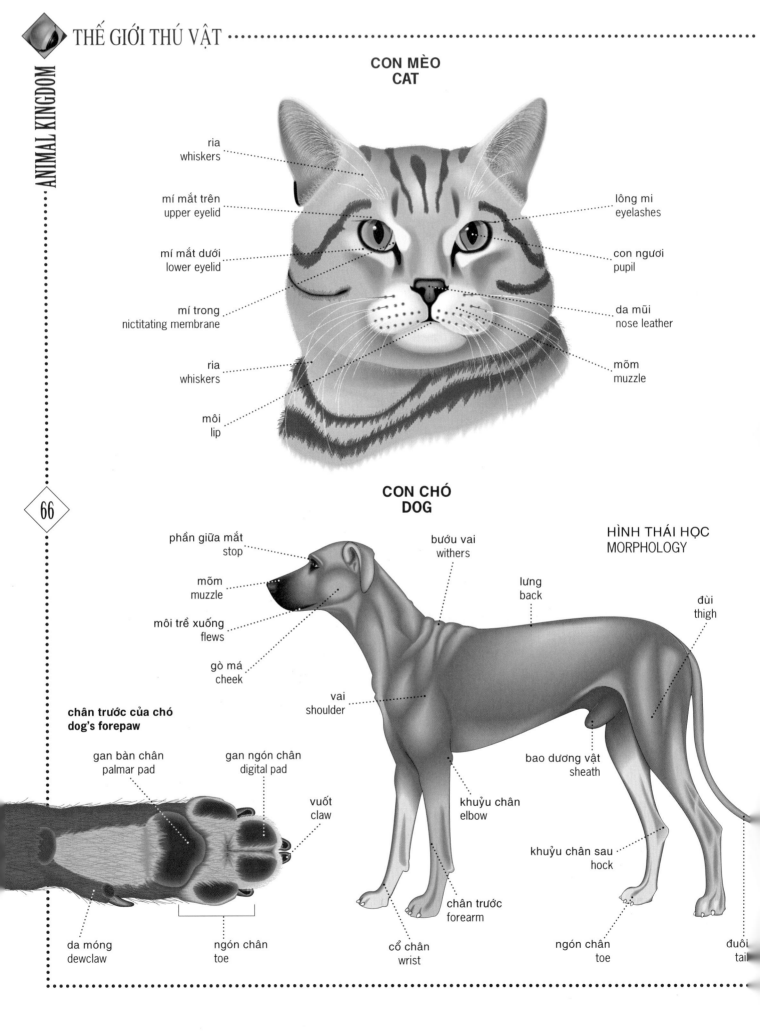

CON MÈO
CAT

ria
whiskers

mí mắt trên
upper eyelid

mí mắt dưới
lower eyelid

mí trong
nictitating membrane

ria
whiskers

môi
lip

lông mi
eyelashes

con ngươi
pupil

da mũi
nose leather

mõm
muzzle

CON CHÓ
DOG

HÌNH THÁI HỌC
MORPHOLOGY

phần giữa mắt
stop

mõm
muzzle

môi trễ xuống
flews

gò má
cheek

bướu vai
withers

lưng
back

đùi
thigh

vai
shoulder

bao dương vật
sheath

khuỷu chân
elbow

khuỷu chân sau
hock

chân trước của chó
dog's forepaw

gan bàn chân
palmar pad

gan ngón chân
digital pad

vuốt
claw

da móng
dewclaw

ngón chân
toe

cổ chân
wrist

chân trước
forearm

ngón chân
toe

đuôi
tail

CON NGỰA
HORSE

tóc trước trán
forelock

mũi
nose

lỗ mũi
nostril

mõm
muzzle

môi
lip

bờm
mane

bướu vai
withers

lưng
back

hông
loin

đuôi
tail

sườn
flank

mông
croup

cổ
neck

vai
shoulder

ngực
chest

bắp chân trước
arm

khuỷu chân
elbow

đầu gối
knee

ngựa lông màu hạt dẻ
chestnut

khớp khuỷu trên móng
fetlock joint

khuỷu trên móng
fetlock

vành móng
coronet

bụng
belly

bao dương vật
sheath

đùi
thigh

phần chân trên
gaskin

cổ chân
pastern

móng chân thú vật
hoof

khuỷu chân sau
hock

bắp chân
cannon

ANIMAL KINGDOM

**TRẠI CHĂN NUÔI
FARM ANIMALS**

gà con
chick

gà mái
hen

gà trống
rooster; cock

con ngỗng
goose

con vịt
duck

gà tây
turkey

68

con bò
cow

con bê
calf

con cừu con
lamb

con cừu
sheep

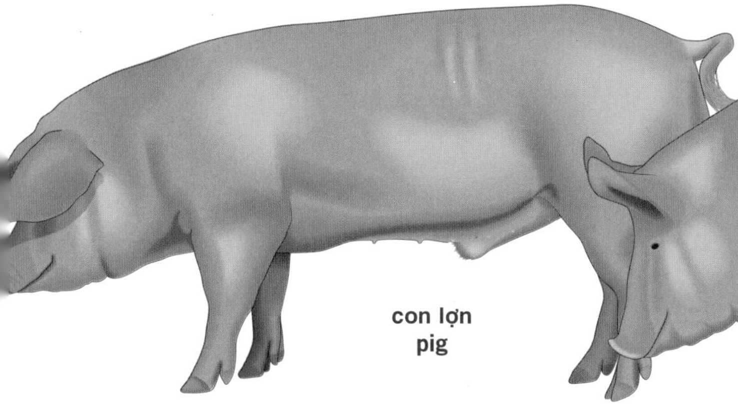

con dê
goat

con lợn
pig

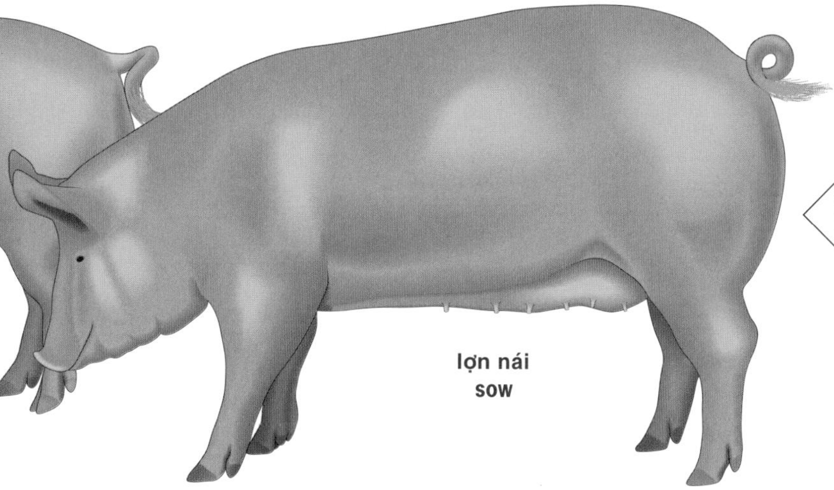

lợn nái
sow

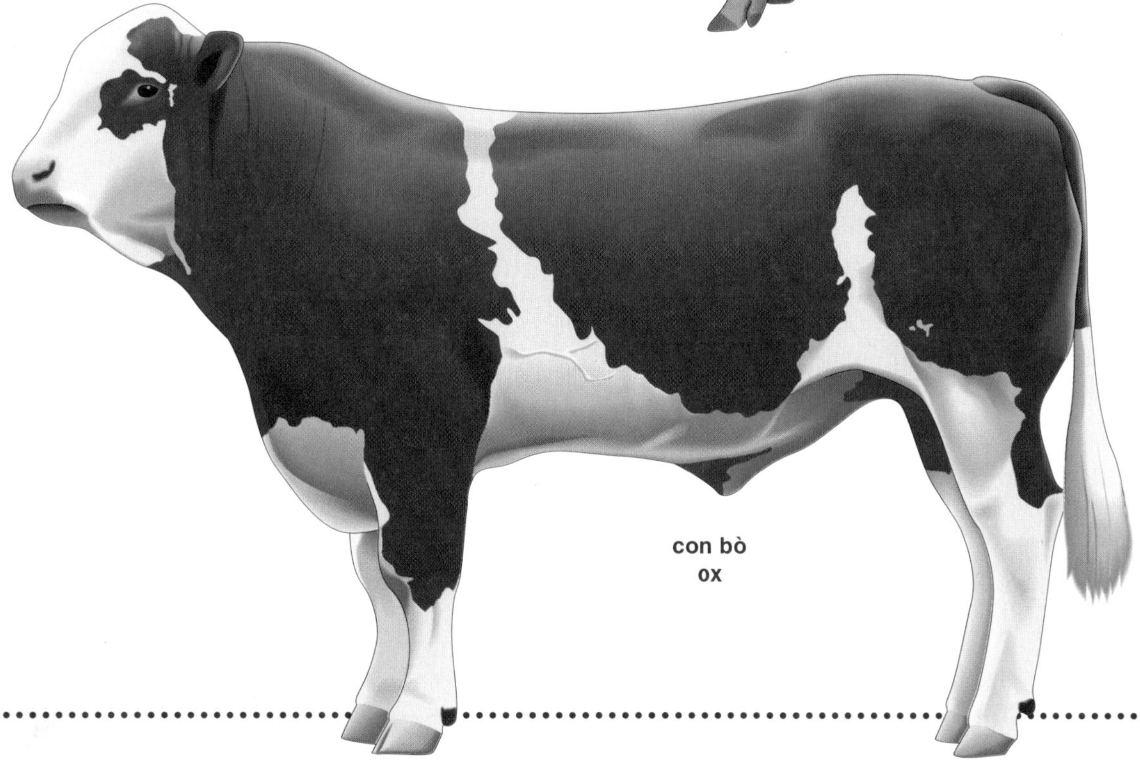

con bò
ox

CÁC LOẠI HÀM
TYPES OF JAWS

**hàm của loại gặm nhấm
rodent's jaw**

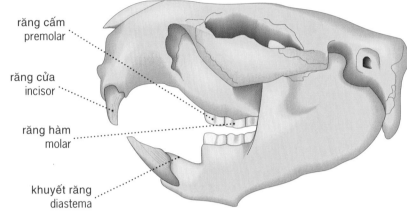

răng cấm
premolar

răng cửa
incisor

răng hàm
molar

khuyết răng
diastema

**con hải ly
beaver**

**hàm của động vật ăn thịt
carnivore's jaw**

răng cấm
premolar

răng cửa
incisor

răng nanh
canine

răng hàm
molar

răng cấm
carnassial

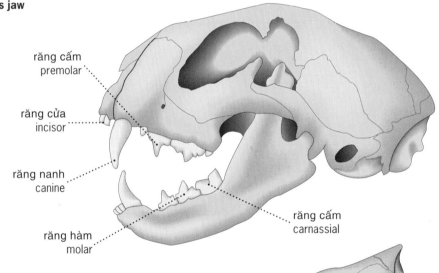

**sư tử
lion**

70

**hàm của loài ăn cỏ
herbivore's jaw**

răng hàm
molar

răng cấm
premolar

răng nanh
canine

răng cửa
incisor

khuyết răng
diastema

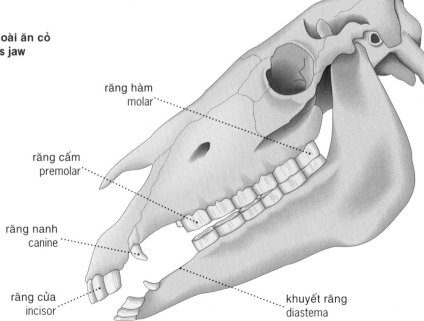

**con ngựa
horse**

CÁC LOẠI SỪNG CHÍNH
MAJOR TYPES OF HORNS

sừng sơn dương
horns of mouflon

sừng hươu cao cổ
horns of giraffe

sừng tê giác
horns of rhinoceros

CÁC LOẠI NGÀ/RĂNG NANH CHÍNH
MAJOR TYPES OF TUSKS

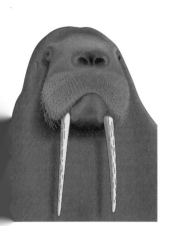

răng nanh con moóc
tusks of walrus

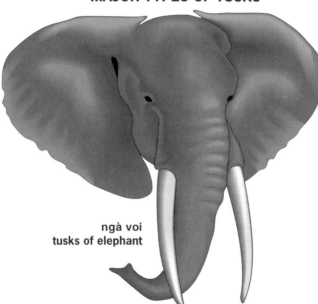

ngà voi
tusks of elephant

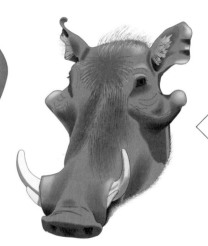

răng nanh lợn lòi
tusks of wart hog

CÁC LOẠI MÓNG CHÂN THÚ
TYPES OF HOOFS

chân một ngón
one-toe hoof

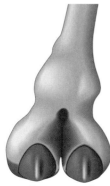

móng hai ngón
two-toed hoof

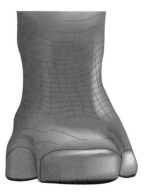

móng chân ba ngón
three-toed hoof

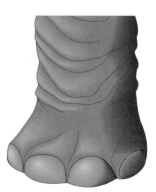

chân bốn ngón
four-toed hoof

THÚ HOANG
WILD ANIMALS

hươu cao cổ
giraffe

gấu trắng
polar bear

con khỉ
monkey

sư tử
lion

cá heo
dolphin

cá voi
whale

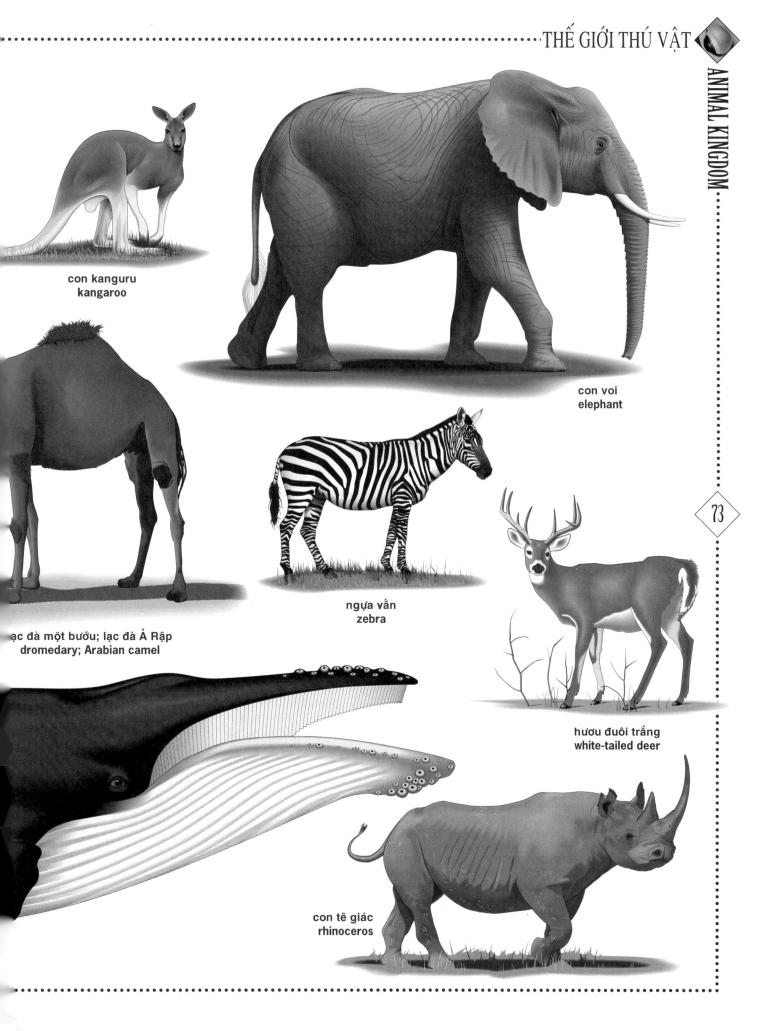

con kanguru
kangaroo

con voi
elephant

ngựa vằn
zebra

ạc đà một bướu; lạc đà Ả Rập
dromedary; Arabian camel

hươu đuôi trắng
white-tailed deer

con tê giác
rhinoceros

ANIMAL KINGDOM

CHIM
BIRD

CÁC LOẠI MỎ CHIM CHÍNH
PRINCIPAL TYPES OF BILLS

chim sống dưới nước
aquatic bird

chim ăn côn trùng
insectivorous bird

chim cao cẳng
wading bird

chim ăn hạt
granivorous bird

chim săn mồi
bird of prey

HÌNH THÁI HỌC
MORPHOLOGY

chỏm đầu
crown

trán
forehead

mỏ chim
bill

mắt
eye

cằm
chin

cổ họng
throat

ngực
breast

bụng
abdomen

74

CÁC LOẠI CHÂN CHÍNH
PRINCIPAL TYPES OF FEET

chim săn mồi
bird of prey

vảy
scale

vuốt
talon

chim sống dưới nước
aquatic bird

ngón chân có màng
webbed toe

màng da
web

chim sống dưới nước
aquatic bird

hình thùy
lobe

ngón chân chia từng phần
lobate toe

chim bám cành
perching bird

ngón chân
toe

ngón giữa
middle toe

bên ngoài ngón chân
outer toe

tổ chim
bird's nest

chuồng chim
birdhouse

đồ cho chim ăn
bird feeder

ống
cylinder

hạt
seeds

que cho chim đậu
perch

gáy
nape

lưng
back

cánh
wing

phao câu
rump

đuôi
tail

phần che dưới đuôi
under tail covert

phần che trên đuôi
upper tail covert

sườn
flank

chân
foot

trứng
egg

ngón chân sau
hind toe

phôi trứng
blastodisc

khoảng khí trống
air space

vỏ
shell

móng
claw

lòng đỏ trứng
yolk

lòng trắng trứng
albumen

ANIMAL KINGDOM

CÁC THÍ DỤ VỀ CHIM
EXAMPLES OF BIRDS

con quạ
crow

con vẹt
parrot

con cò
stork

chim nhạn
swallow

chim hồng hạc
flamingo

con đà điểu
ostrich

76

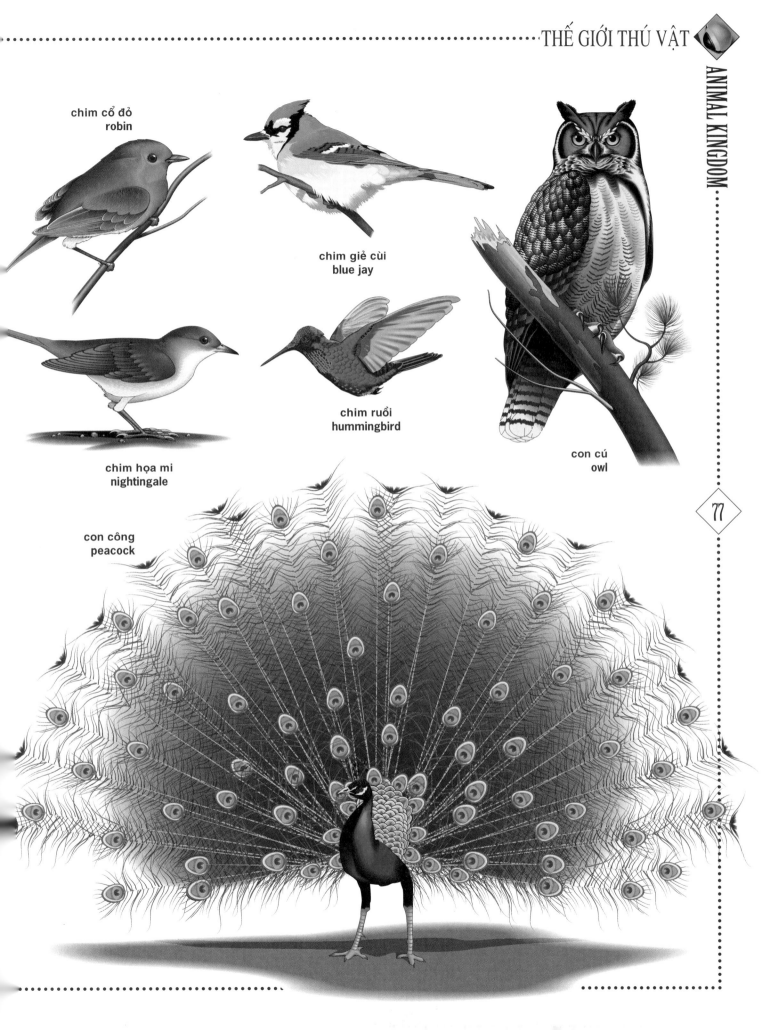

chim cổ đỏ
robin

chim giẻ cùi
blue jay

chim ruồi
hummingbird

con cú
owl

chim họa mi
nightingale

con công
peacock

THÂN THỂ CON NGƯỜI, NHÌN PHÍA TRƯỚC
HUMAN BODY, ANTERIOR VIEW

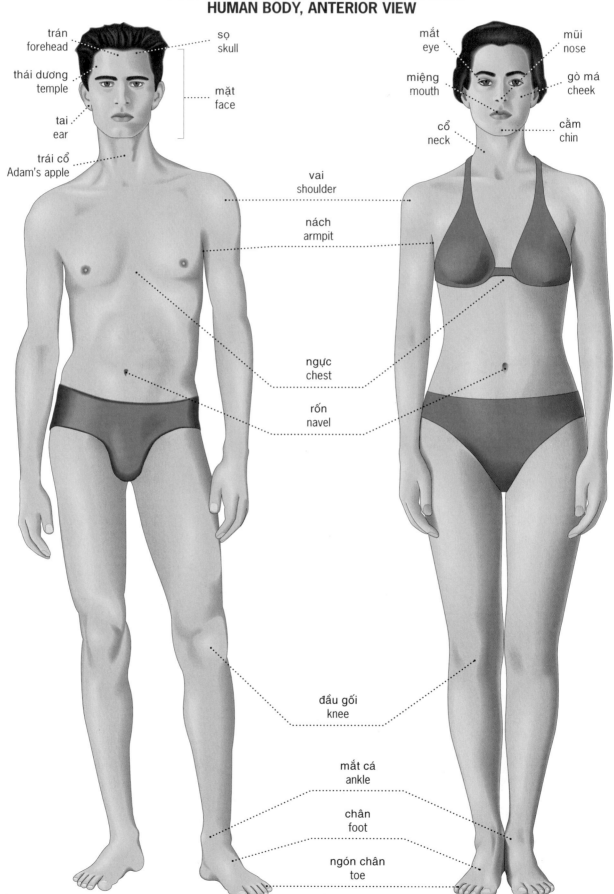

trán
forehead

thái dương
temple

tai
ear

trái cổ
Adam's apple

sọ
skull

mặt
face

mắt
eye

miệng
mouth

cổ
neck

mũi
nose

gò má
cheek

cằm
chin

vai
shoulder

nách
armpit

ngực
chest

rốn
navel

đầu gối
knee

mắt cá
ankle

chân
foot

ngón chân
toe

THÂN THỂ CON NGƯỜI, NHÌN PHÍA SAU
HUMAN BODY, POSTERIOR VIEW

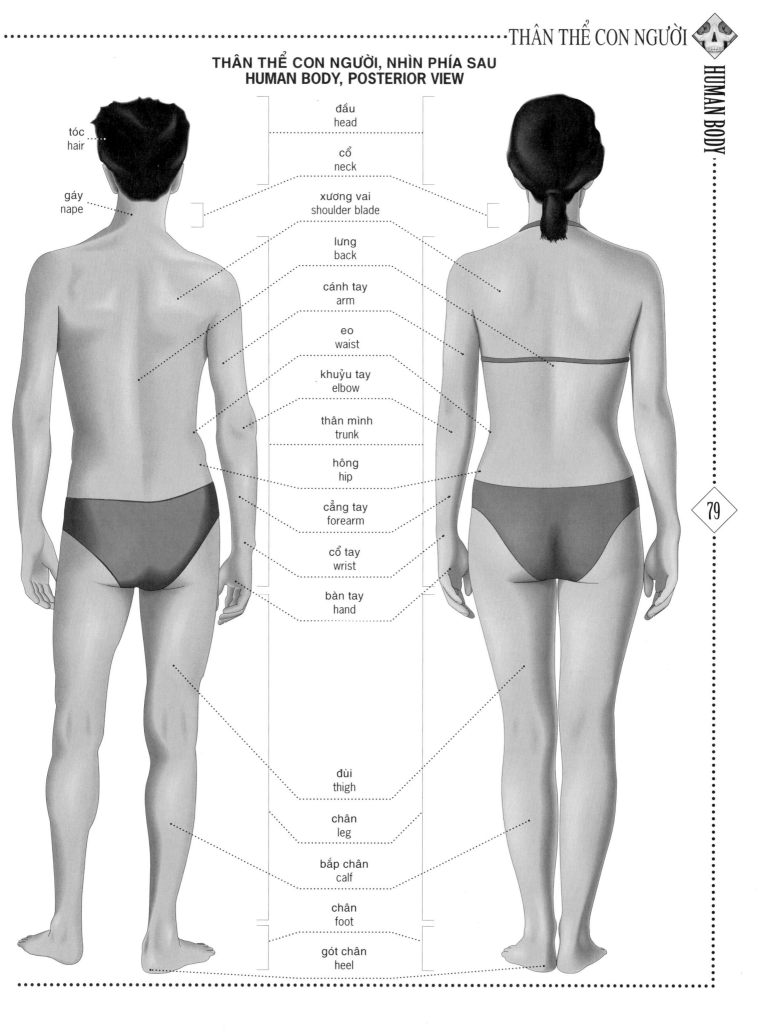

tóc
hair

gáy
nape

đầu
head

cổ
neck

xương vai
shoulder blade

lưng
back

cánh tay
arm

eo
waist

khuỷu tay
elbow

thân mình
trunk

hông
hip

cẳng tay
forearm

cổ tay
wrist

bàn tay
hand

đùi
thigh

chân
leg

bắp chân
calf

chân
foot

gót chân
heel

BỘ XƯƠNG
SKELETON

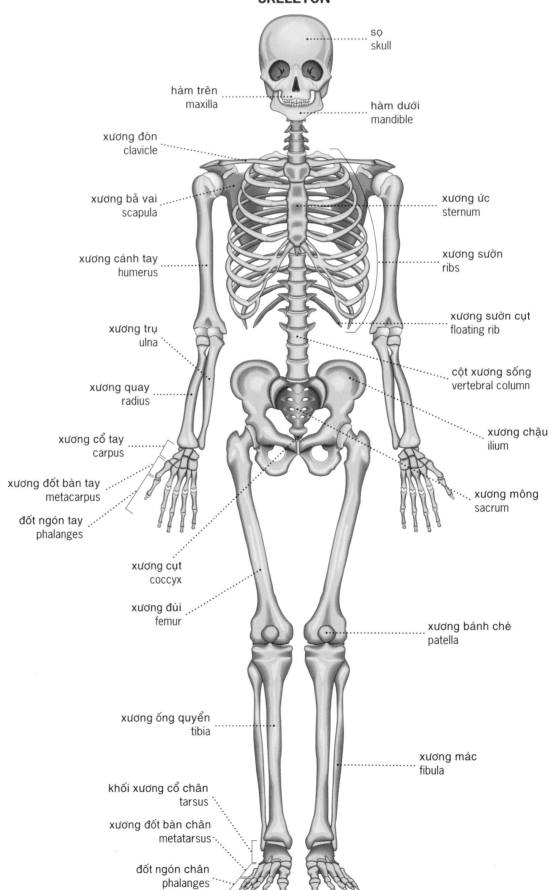

sọ
skull

hàm trên
maxilla

hàm dưới
mandible

xương đòn
clavicle

xương bả vai
scapula

xương ức
sternum

xương cánh tay
humerus

xương sườn
ribs

xương sườn cụt
floating rib

xương trụ
ulna

xương quay
radius

cột xương sống
vertebral column

xương cổ tay
carpus

xương chậu
ilium

xương đốt bàn tay
metacarpus

đốt ngón tay
phalanges

xương mông
sacrum

xương cụt
coccyx

xương đùi
femur

xương bánh chè
patella

xương ống quyển
tibia

xương mác
fibula

khối xương cổ chân
tarsus

xương đốt bàn chân
metatarsus

đốt ngón chân
phalanges

CƠ THỂ HỌC VỀ CON NGƯỜI
HUMAN ANATOMY

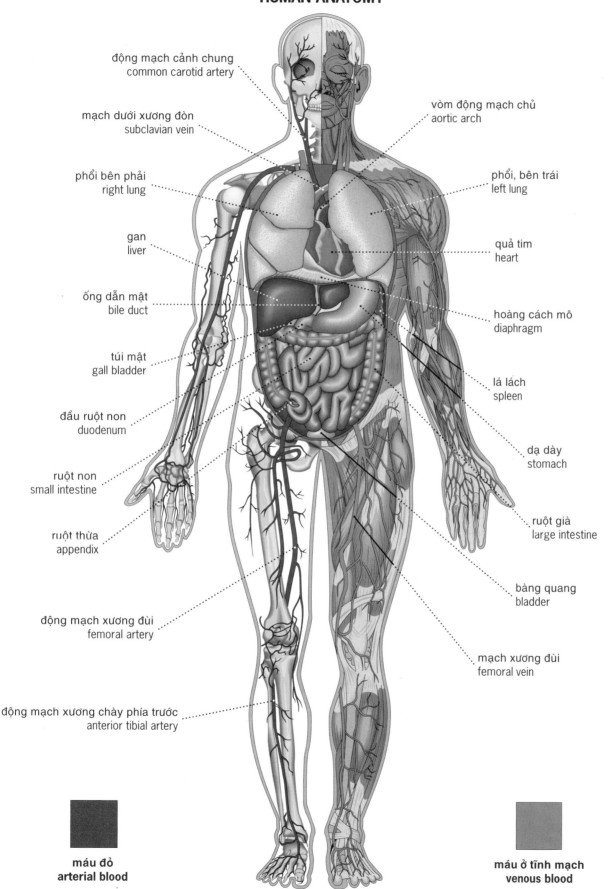

động mạch cảnh chung
common carotid artery

mạch dưới xương đòn
subclavian vein

phổi bên phải
right lung

gan
liver

ống dẫn mật
bile duct

túi mật
gall bladder

đầu ruột non
duodenum

ruột non
small intestine

ruột thừa
appendix

động mạch xương đùi
femoral artery

động mạch xương chày phía trước
anterior tibial artery

vòm động mạch chủ
aortic arch

phổi, bên trái
left lung

quả tim
heart

hoàng cách mô
diaphragm

lá lách
spleen

dạ dày
stomach

ruột già
large intestine

bàng quang
bladder

mạch xương đùi
femoral vein

máu đỏ
arterial blood

máu ở tĩnh mạch
venous blood

MẮT: CƠ QUAN THỊ GIÁC
EYE: THE ORGAN OF SIGHT

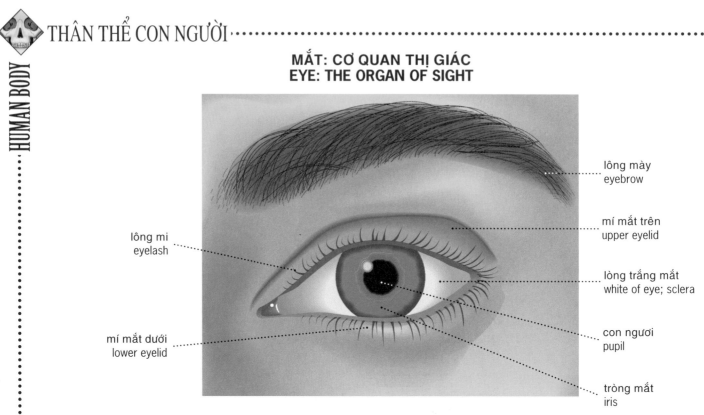

lông mày
eyebrow

mí mắt trên
upper eyelid

lông mi
eyelash

lòng trắng mắt
white of eye; sclera

con ngươi
pupil

mí mắt dưới
lower eyelid

tròng mắt
iris

BÀN TAY: CƠ QUAN XÚC GIÁC
HAND: THE ORGAN OF TOUCH

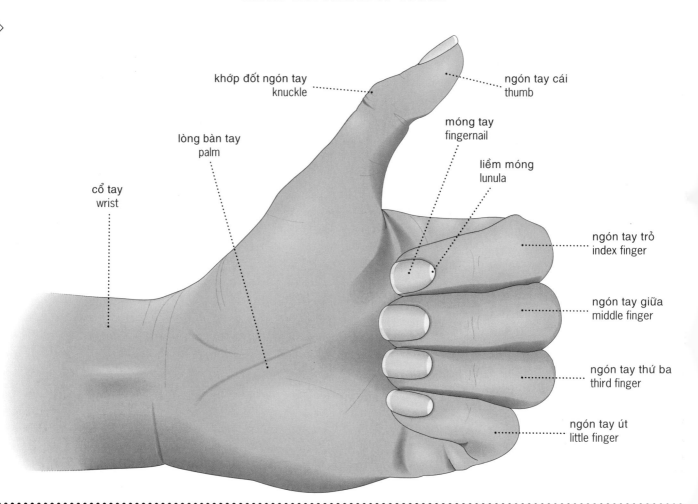

khớp đốt ngón tay
knuckle

ngón tay cái
thumb

móng tay
fingernail

liềm móng
lunula

lòng bàn tay
palm

cổ tay
wrist

ngón tay trỏ
index finger

ngón tay giữa
middle finger

ngón tay thứ ba
third finger

ngón tay út
little finger

CÁI TAI: CƠ QUAN THÍNH GIÁC
EAR: THE ORGAN OF HEARING

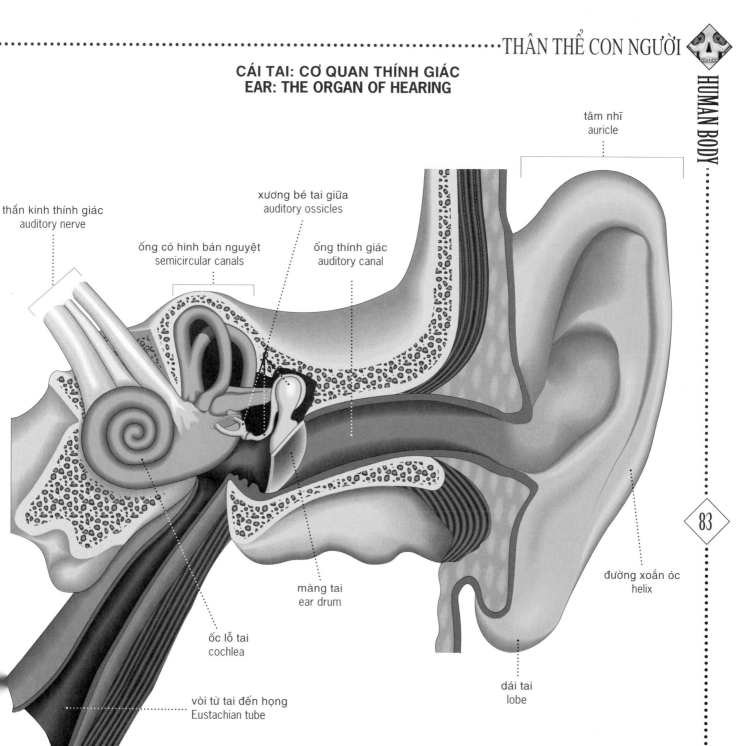

tâm nhĩ
auricle

thần kinh thính giác
auditory nerve

xương bé tai giữa
auditory ossicles

ống có hình bán nguyệt
semicircular canals

ống thính giác
auditory canal

màng tai
ear drum

ốc lỗ tai
cochlea

vòi từ tai đến họng
Eustachian tube

đường xoắn óc
helix

dái tai
lobe

CÁC BỘ PHẬN CỦA TAI
PARTS OF THE EAR

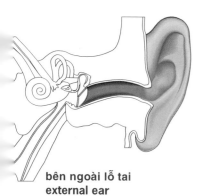

bên ngoài lỗ tai
external ear

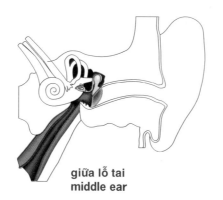

giữa lỗ tai
middle ear

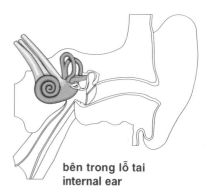

bên trong lỗ tai
internal ear

MŨI: CƠ QUAN KHƯU GIÁC
NOSE: THE ORGAN OF SMELL

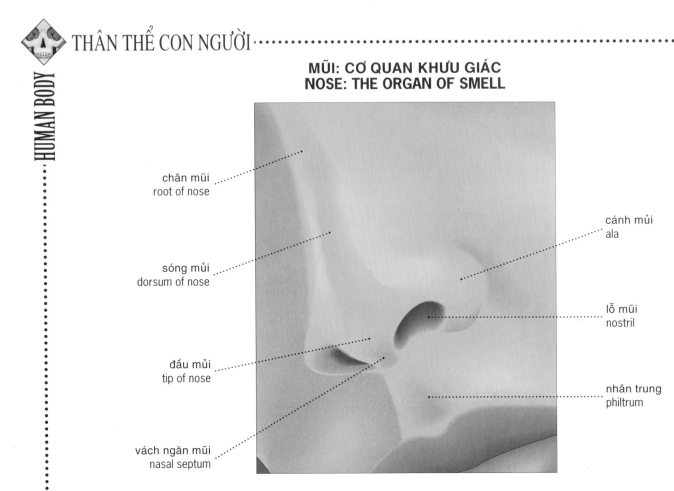

chân mũi
root of nose

sóng mũi
dorsum of nose

đầu mũi
tip of nose

vách ngăn mũi
nasal septum

cánh mủi
ala

lỗ mũi
nostril

nhân trung
philtrum

84

MIỆNG: CƠ QUAN VỊ GIÁC
MOUTH: THE ORGAN OF TASTE

**vị cảm giác
taste sensations**

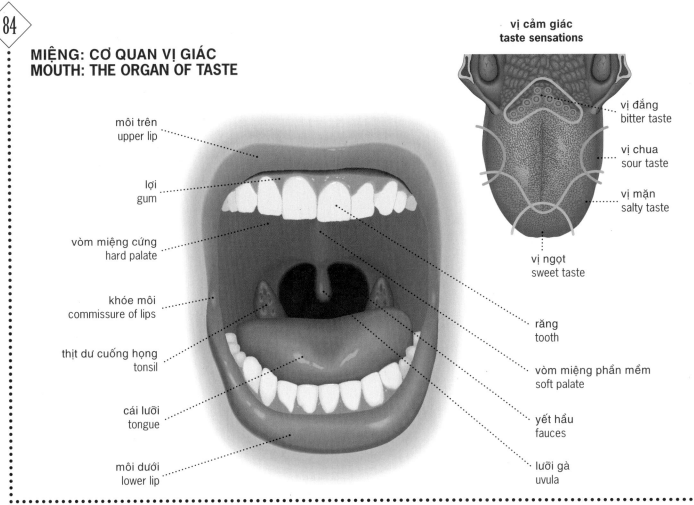

môi trên
upper lip

lợi
gum

vòm miệng cứng
hard palate

khóe môi
commissure of lips

thịt dư cuống họng
tonsil

cái lưỡi
tongue

môi dưới
lower lip

vị đắng
bitter taste

vị chua
sour taste

vị mặn
salty taste

vị ngọt
sweet taste

răng
tooth

vòm miệng phần mềm
soft palate

yết hầu
fauces

lưỡi gà
uvula

BỘ RĂNG CON NGƯỜI
HUMAN DENTURE

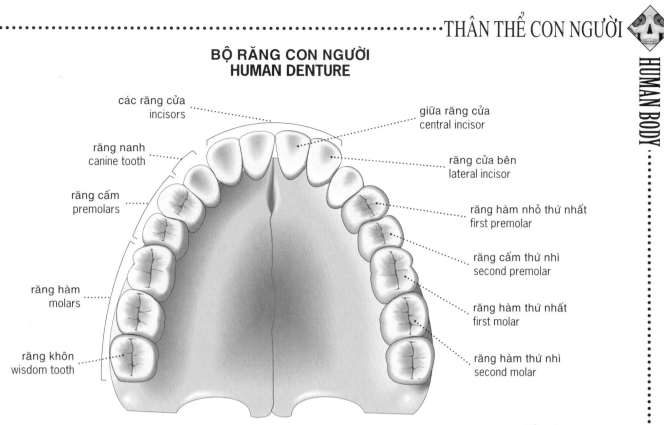

các răng cửa
incisors

giữa răng cửa
central incisor

răng nanh
canine tooth

răng cửa bên
lateral incisor

răng cấm
premolars

răng hàm nhỏ thứ nhất
first premolar

răng cấm thứ nhì
second premolar

răng hàm
molars

răng hàm thứ nhất
first molar

răng khôn
wisdom tooth

răng hàm thứ nhì
second molar

thiết diện răng hàm
cross section of a molar

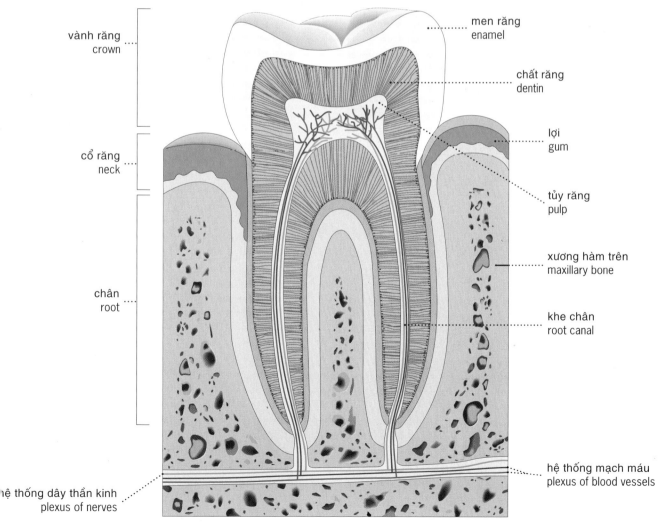

vành răng
crown

men răng
enamel

chất răng
dentin

lợi
gum

cổ răng
neck

tủy răng
pulp

xương hàm trên
maxillary bone

chân
root

khe chân
root canal

hệ thống dây thần kinh
plexus of nerves

hệ thống mạch máu
plexus of blood vessels

NHÀ KIỂU TRUYỀN THỐNG
TRADITIONAL HOUSES

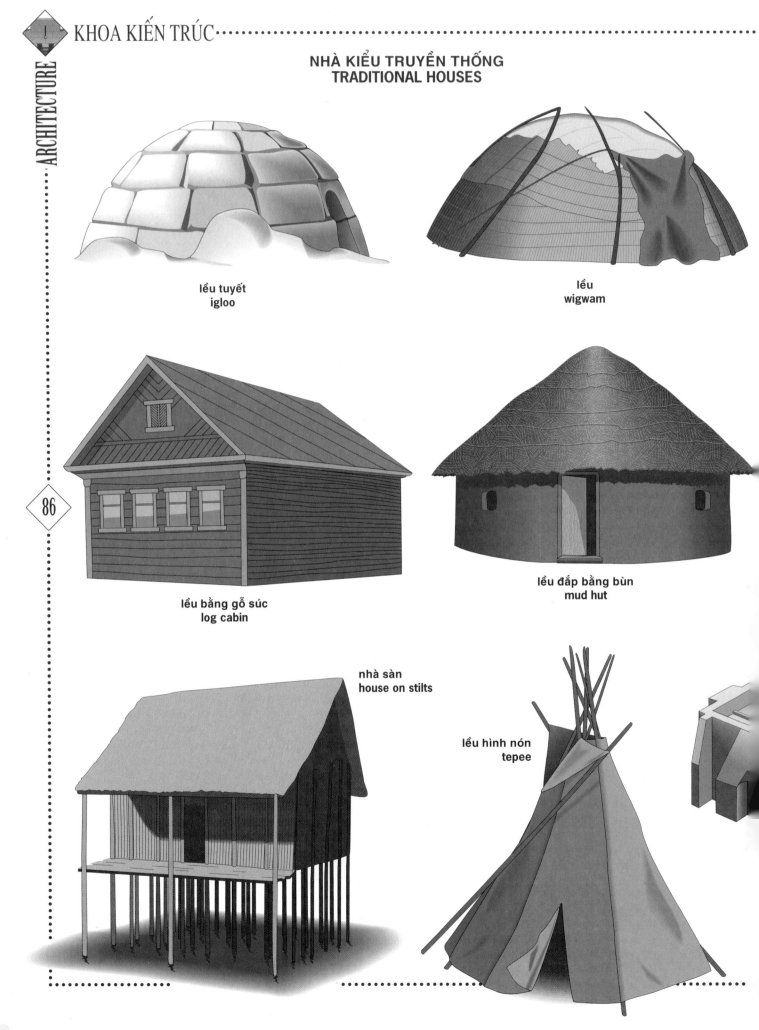

lều tuyết
igloo

lều
wigwam

lều bằng gỗ súc
log cabin

lều đắp bằng bùn
mud hut

nhà sàn
house on stilts

lều hình nón
tepee

nhà nhỏ
hut

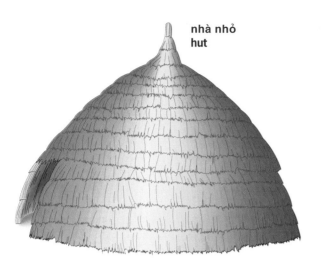

kiểu nhà xưa
yurt

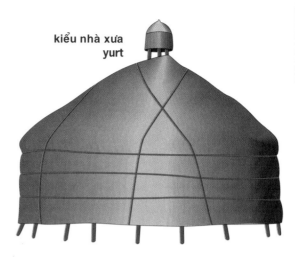

**THÁNH ĐƯỜNG HỒI GIÁO
MOSQUE**

phòng cầu nguyện
prayer hall

gian giữa nhà thờ
central nave

mái vòm Mih-rab
Mihrab dome

hướng về Mec-ca
direction of Mecca

khu bóng râm
shady arcades

tường Qi-bla
Qibla wall

tháp
minaret

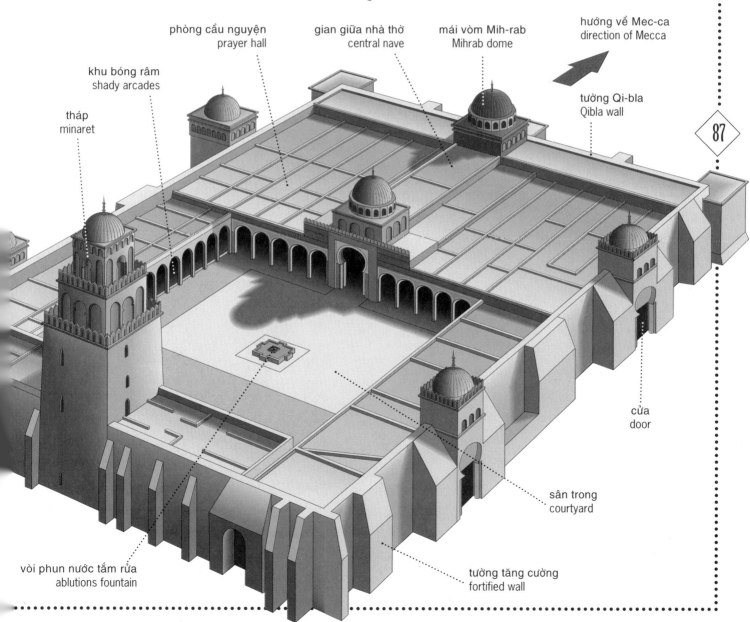

cửa
door

sân trong
courtyard

vòi phun nước tắm rửa
ablutions fountain

tường tăng cường
fortified wall

LÂU ĐÀI
CASTLE

bao lơn có lỗ hổng để
ném đạn xuống đầu địch
machicolation

lỗ châu mai
crenel

vách tường phòng vệ
merlon

lỗ châu mai
loophole

tường có lỗ châu mai
battlement

nhà nguyện
chapel

tháp xây của một lâu đài
keep

sân bên trong lâu đài
bailey

lâu đài
castle

lối đi phòng hộ được che
covered parapet walk

góc tháp
corner tower

tường bảo vệ
curtain wall

tháp canh
turret

vách điều hòa gió
brattice

hào
moat

rào cọc chắn
stockade

nhà canh gác
guardhouse

cầu cho người đi bộ
footbridge

cầu rút
drawbridge

thành lũy
rampart

tháp bên cạnh
flanking tower

88

NHÀ THỜ LỚN THEO KIẾN TRÚC GÔ-TÍCH
GOTHIC CATHEDRAL

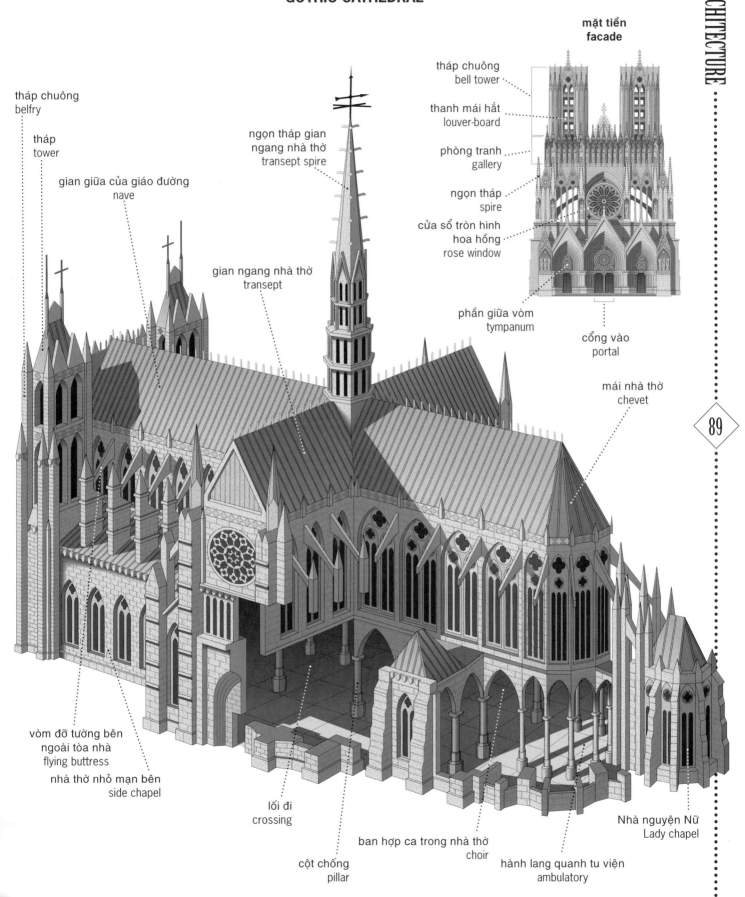

mặt tiền
facade

tháp chuông
bell tower

thanh mái hắt
louver-board

phòng tranh
gallery

ngọn tháp
spire

cửa sổ tròn hình
hoa hồng
rose window

phần giữa vòm
tympanum

cổng vào
portal

tháp chuông
belfry

tháp
tower

gian giữa của giáo đường
nave

ngọn tháp gian
ngang nhà thờ
transept spire

gian ngang nhà thờ
transept

mái nhà thờ
chevet

vòm đỡ tường bên
ngoài tòa nhà
flying buttress

nhà thờ nhỏ mạn bên
side chapel

lối đi
crossing

cột chống
pillar

ban hợp ca trong nhà thờ
choir

hành lang quanh tu viện
ambulatory

Nhà nguyện Nữ
Lady chapel

TRUNG TÂM THÀNH PHỐ
DOWNTOWN

quảng trường
square

công viên
park

nhà thờ lớn
cathedral

trung tâm hội nghị
convention center

ga xe lửa
railroad station

tòa lầu văn phòng
office tower

dải đất ở giữa
median strip

nhà mô hình vũ trụ
planetarium

đường lộ
street

đường xe lửa
railroad

dốc nối xuống đường
delivery ramp

khu vực giữa đường dành cho
người đi bộ qua đường
traffic island

xa lộ
freeway / dual-carriageway

đại lộ
boulevard / high street

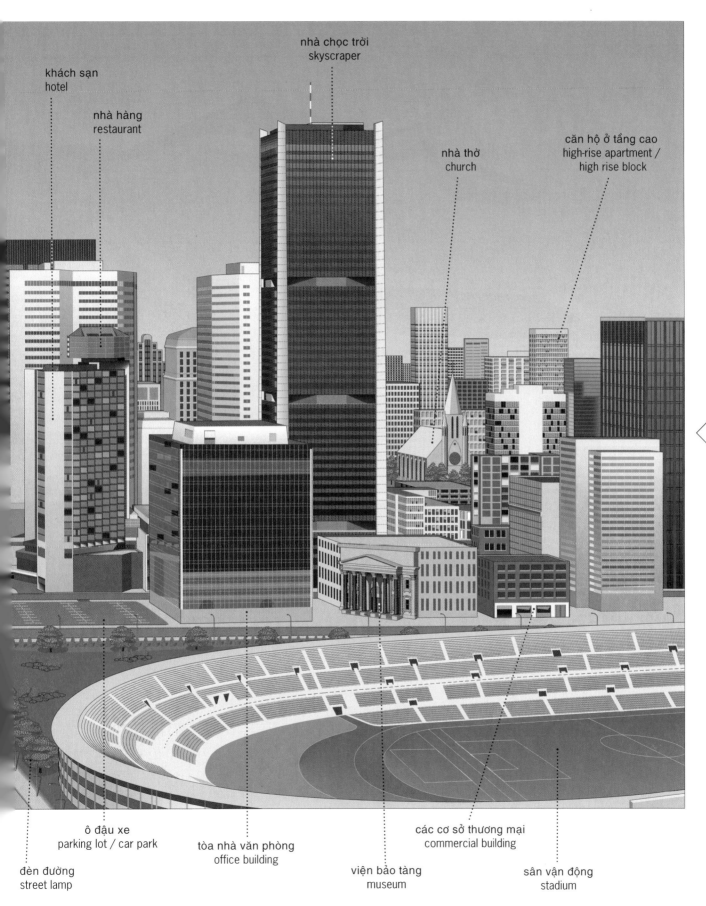

nhà chọc trời
skyscraper

khách sạn
hotel

nhà hàng
restaurant

nhà thờ
church

căn hộ ở tầng cao
high-rise apartment /
high rise block

ô đậu xe
parking lot / car park

tòa nhà văn phòng
office building

các cơ sở thương mại
commercial building

đèn đường
street lamp

viện bảo tàng
museum

sân vận động
stadium

NHÀ
HOUSE

bên ngoài căn nhà
exterior of a house

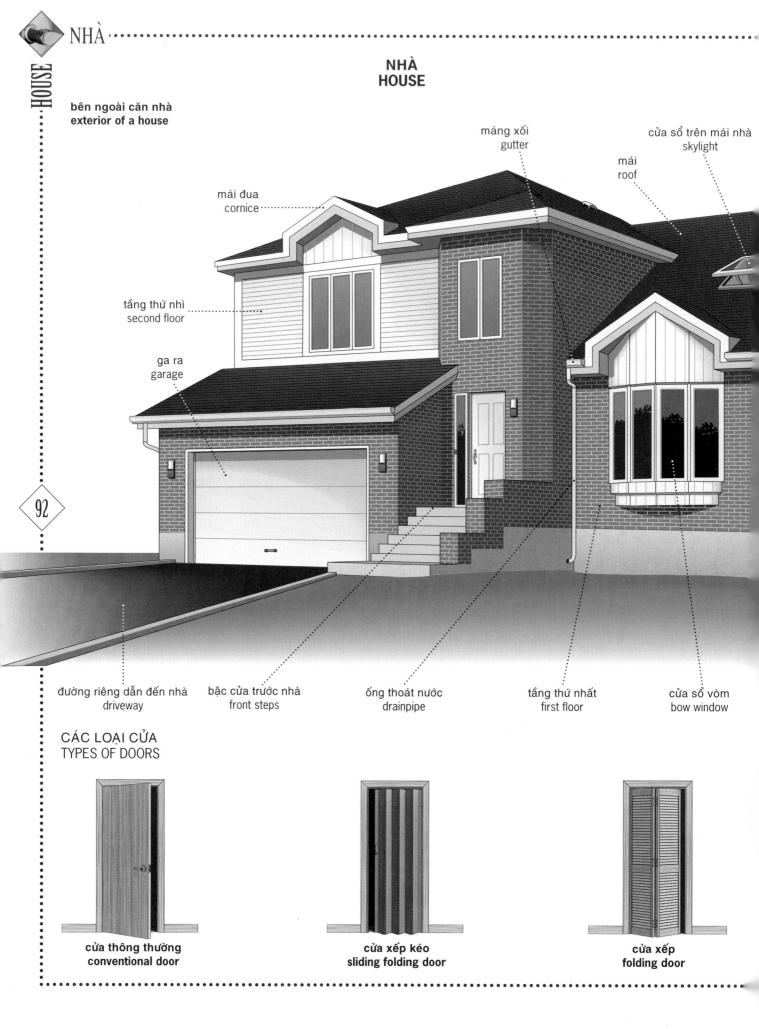

máng xối
gutter

cửa sổ trên mái nhà
skylight

mái
roof

mái đua
cornice

tầng thứ nhì
second floor

ga ra
garage

đường riêng dẫn đến nhà
driveway

bậc cửa trước nhà
front steps

ống thoát nước
drainpipe

tầng thứ nhất
first floor

cửa sổ vòm
bow window

CÁC LOẠI CỬA
TYPES OF DOORS

cửa thông thường
conventional door

cửa xếp kéo
sliding folding door

cửa xếp
folding door

92

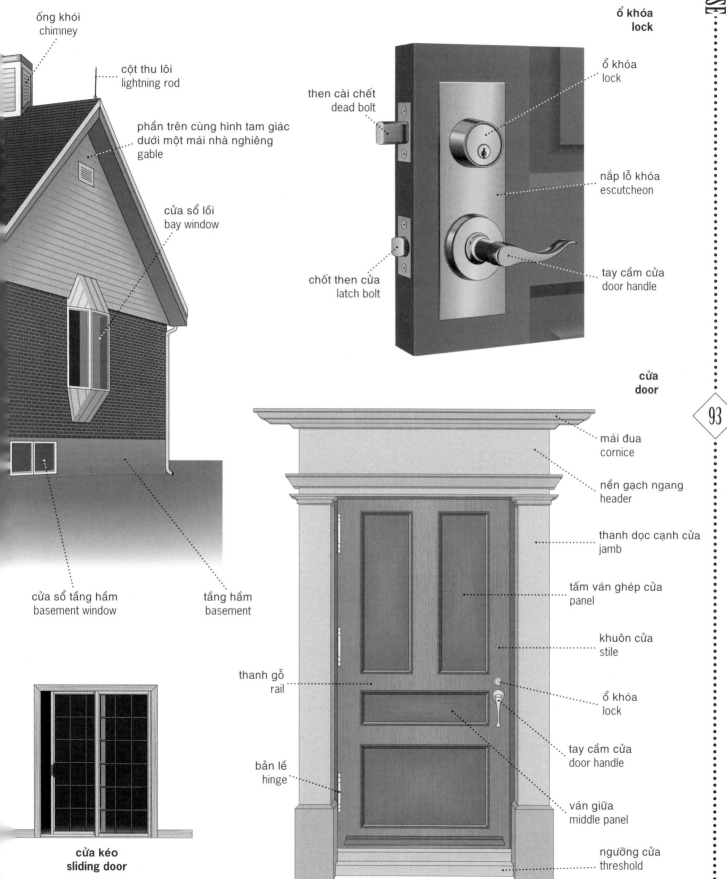

ống khói
chimney

cột thu lôi
lightning rod

phần trên cùng hình tam giác
dưới một mái nhà nghiêng
gable

cửa sổ lồi
bay window

cửa sổ tầng hầm
basement window

tầng hầm
basement

ổ khóa
lock

then cài chết
dead bolt

chốt then cửa
latch bolt

ổ khóa
lock

nắp lỗ khóa
escutcheon

tay cầm cửa
door handle

cửa
door

mái đua
cornice

nền gạch ngang
header

thanh dọc cạnh cửa
jamb

tấm ván ghép cửa
panel

khuôn cửa
stile

ổ khóa
lock

tay cầm cửa
door handle

ván giữa
middle panel

ngưỡng cửa
threshold

thanh gỗ
rail

bản lề
hinge

cửa kéo
sliding door

CỬA SỔ
WINDOW

thanh cửa sổ
muntin

khung
frame

thanh cửa sổ trên
top rail

ô cửa kính
pane

cửa lá sách
jalousie; slatted shutter

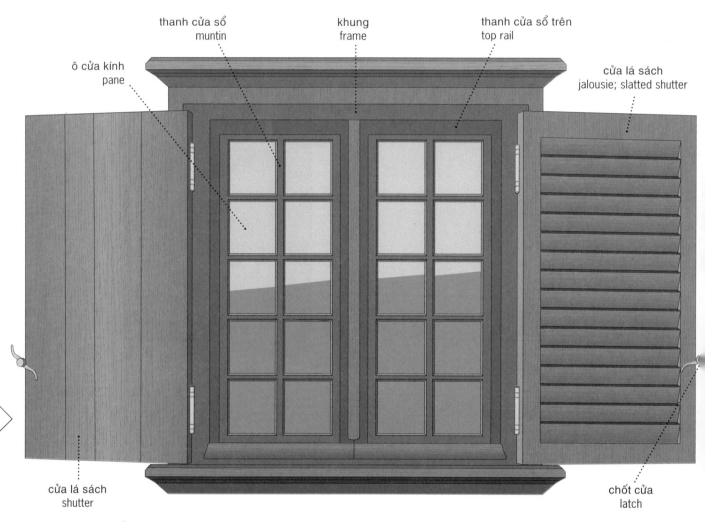

cửa lá sách
shutter

chốt cửa
latch

CÁC LOẠI CỬA SỔ
TYPES OF WINDOWS

cửa sổ hai cánh (mở vào)
casement window (inward opening)

cửa sổ hai cánh mở ra
casement window
(outward opening)

cửa sổ mở ngang
horizontal pivoting window

cửa sổ kéo
sliding window

cửa sổ xếp kéo
sliding folding window

cửa sổ xoay quanh trục đứng
vertical pivoting window

cửa sổ có hai khung trượt
sash window

cửa sổ có mái hắt
louvred window

CÁI GIƯỜNG
BED

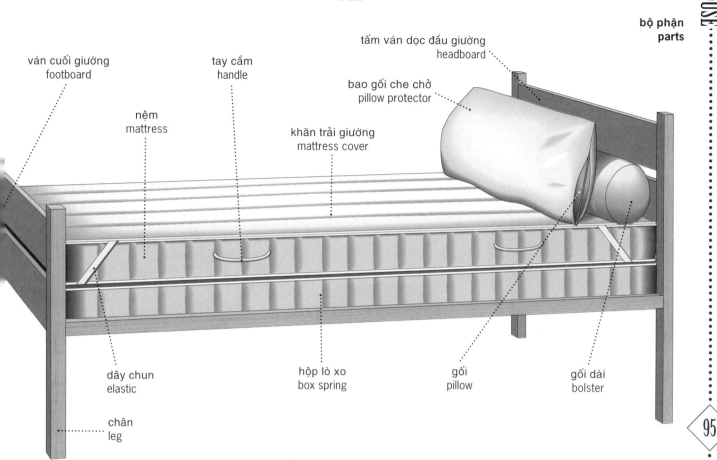

ván cuối giường
footboard

tay cầm
handle

tấm ván dọc đầu giường
headboard

bao gối che chở
pillow protector

nệm
mattress

khăn trải giường
mattress cover

dây chun
elastic

hộp lò xo
box spring

gối
pillow

gối dài
bolster

chân
leg

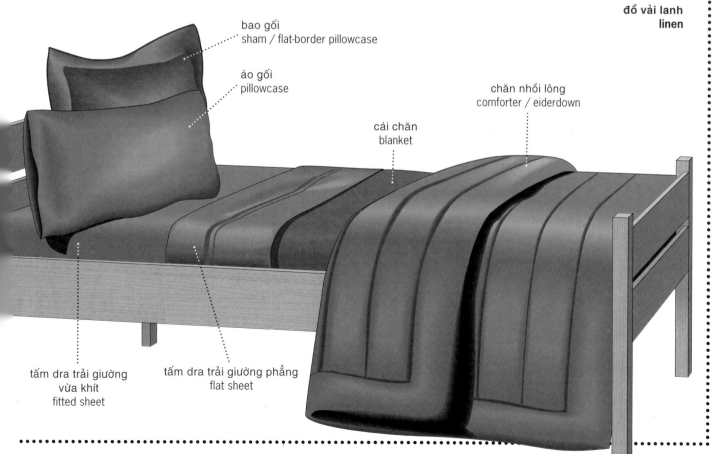

bao gối
sham / flat-border pillowcase

áo gối
pillowcase

chăn nhồi lông
comforter / eiderdown

cái chăn
blanket

tấm dra trải giường
vừa khít
fitted sheet

tấm dra trải giường phẳng
flat sheet

HOUSE

GHẾ
SEATS

ghế xô-pha
sofa / settee

ghế xô-pha nhỏ
loveseat / settee

ghế bành
armchair

ghế đẩu thấp
footstool

ghế dài
bench

thanh ghế đẩu
bar stool

ghế đẩu
stool

ghế dài
chaise longue

ghế xếp
folding chair

ghế xích đu
rocking chair

ghế chồng
stacking chairs

BÀN VÀ GHẾ
TABLE AND CHAIRS

ghế bên
side chair

cái gờ
ear

thanh gỗ
rail

lưng ghế
back

khuôn ghế
stile

mặt ghế
seat

kè ghế
apron

thanh nối trục
spindle

chân
leg

thanh chống đỡ
support

ghế có chỗ dựa tay
armchair

cánh tay
arm

núm
knob

ngăn kéo
drawer

mặt
top

bàn
table

mặt bàn bỏ xuống được
drop-leaf

chân
leg

thanh ngang
crosspiece

ĐÈN
LIGHTS

đèn chiếu điểm
track lighting

đường rãnh
track

cái biến thế
transformer

đèn đứng
floor lamp

đồ gắn trần nhà
ceiling fixture

đèn bàn
table lamp

tán đèn
shade

chân
stand

đèn treo
hanging pendant

đồ gắn tường
wall fixture

HỆ THỐNG ĐÈN SÁNG
LIGHTING

đèn cao áp
incandescent lamp

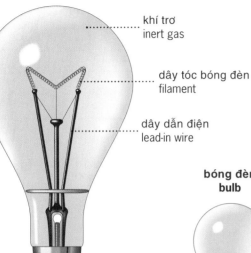

khí trơ
inert gas

dây tóc bóng đèn
filament

dây dẫn điện
lead-in wire

chân
base

nối tiếp điện
contact

đèn tung-xít ha-lo-gen
tungsten-halogen lamp

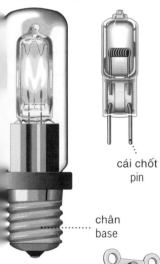

cái chốt
pin

chân
base

bóng đèn
bulb

đế vít
screw base

đuôi lắp
bayonet base

đèn ống phát huỳnh quang
fluorescent tube

đế chốt
pin base

chất ga
gas

lớp lân quang
phosphorescent coating

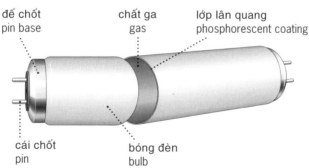

cái chốt
pin

bóng đèn
bulb

bóng đèn tiết kiệm năng lượng
energy saving bulb

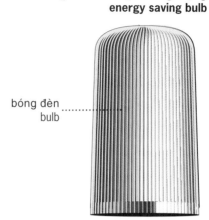

bóng đèn
bulb

đèn ống phát huỳnh quang
fluorescent tube

vỏ bọc
housing

chân
base

phích cắm kiểu Âu Châu
European plug

vỏ
cover

cái chốt
pin

phích cắm kiểu Mỹ
American plug

cái chốt
pin

đầu tiếp đất
grounding terminal

công tắc
switch

đường ra
outlet

99

ĐỒ THỦY TINH
GLASSWARE

ly rượu sâm banh
champagne glass

ly rượu trắng
white wine glass

ly rượu đỏ
red wine glass

ly rượu sâm banh
champagne flute

cái cốc;
ly thủy tinh
tumbler; glass

ly bia
beer mug

bình thủy tinh
đựng nước
hoặc rượu
carafe

bình rượu
decanter

ĐỒ DÙNG ĐỂ ĂN
DINNERWARE

tách cà phê
coffee cup

tách
cup

cái cốc
mug

ly đựng kem
creamer

chén đường
sugar bowl

lọ tiêu
pepper shaker

lọ muối
salt shaker

đĩa đựng bơ
butter dish

bát ngũ cốc
cereal bowl

chén xúp
soup bowl

đĩa xà lách
salad dish

đĩa ăn
dinner plate

đĩa xà lách
salad plate

đĩa bánh mì và bơ; đĩa nhỏ
bread and butter plate; side plate

tô xà lách
salad bowl

ấm trà
teapot

máy ép cà phê
coffee plunger

liễn xúp
soup tureen

bình đựng nước
water pitcher

ĐỒ LÀM BẰNG BẠC
SILVERWARE

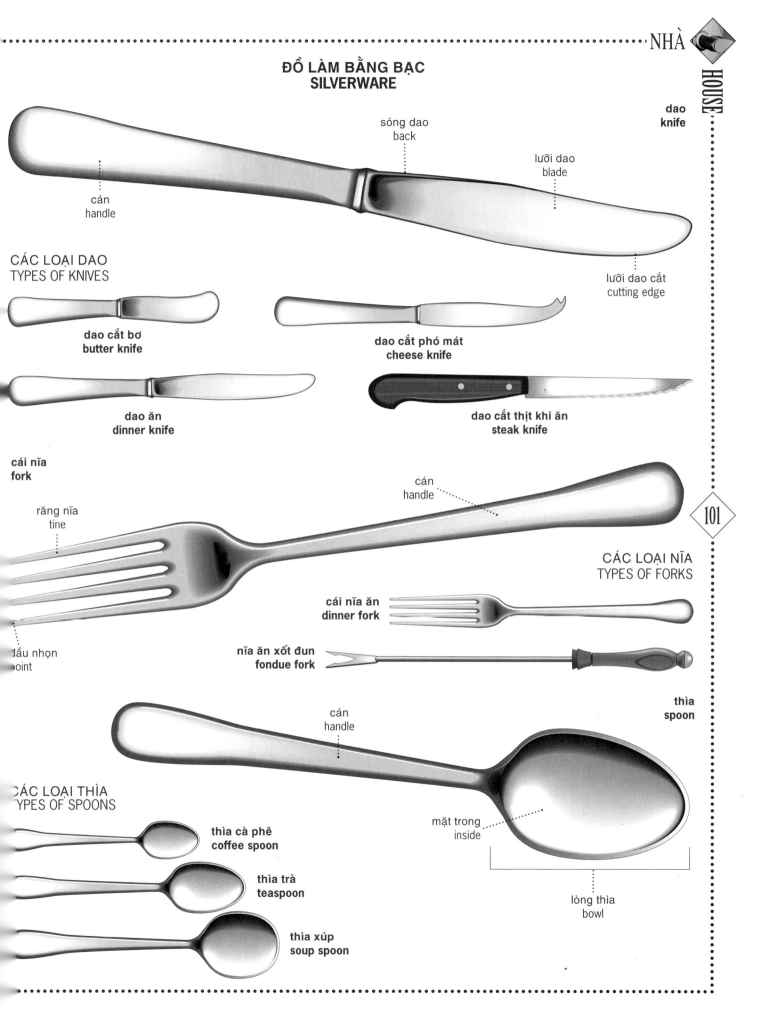

dao
knife

sóng dao
back

lưỡi dao
blade

cán
handle

lưỡi dao cắt
cutting edge

CÁC LOẠI DAO
TYPES OF KNIVES

dao cắt bơ
butter knife

dao cắt phó mát
cheese knife

dao ăn
dinner knife

dao cắt thịt khi ăn
steak knife

cái nĩa
fork

răng nĩa
tine

cán
handle

CÁC LOẠI NĨA
TYPES OF FORKS

cái nĩa ăn
dinner fork

nĩa ăn xốt đun
fondue fork

đầu nhọn
point

thìa
spoon

cán
handle

CÁC LOẠI THÌA
TYPES OF SPOONS

thìa cà phê
coffee spoon

mặt trong
inside

thìa trà
teaspoon

thìa xúp
soup spoon

lòng thìa
bowl

ĐỒ DÙNG NHÀ BẾP
KITCHEN UTENSILS

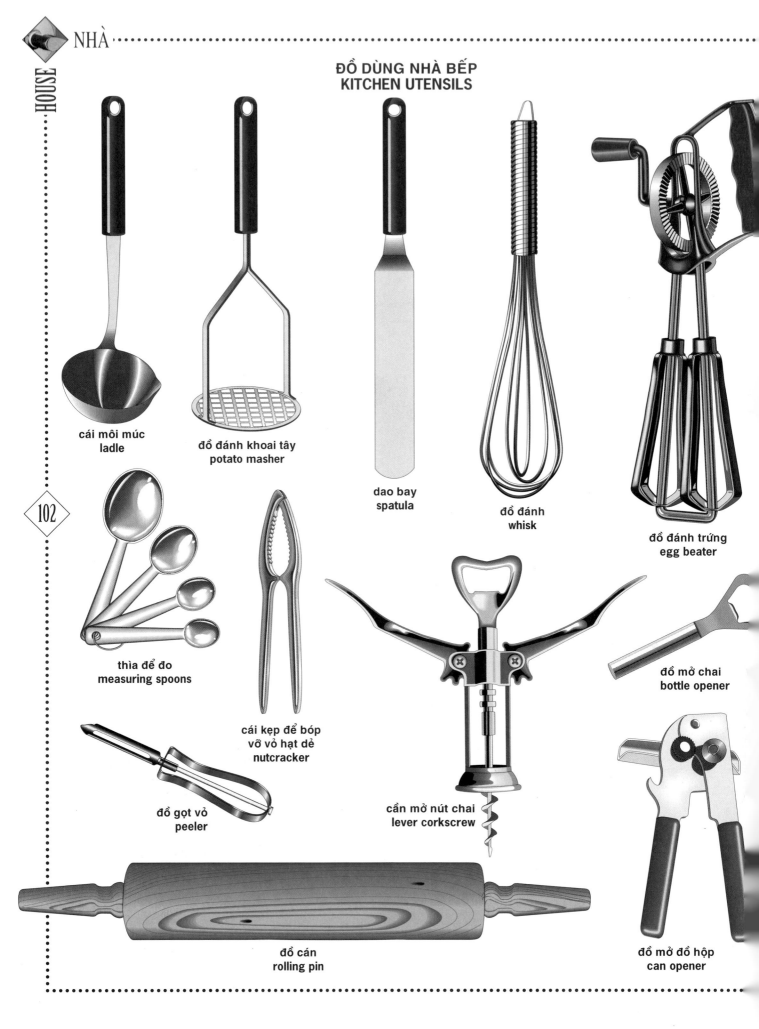

cái môi múc
ladle

đồ đánh khoai tây
potato masher

dao bay
spatula

đồ đánh
whisk

đồ đánh trứng
egg beater

thìa để đo
measuring spoons

cái kẹp để bóp
vỡ vỏ hạt dẻ
nutcracker

đồ mở chai
bottle opener

đồ gọt vỏ
peeler

cần mở nút chai
lever corkscrew

đồ cán
rolling pin

đồ mở đồ hộp
can opener

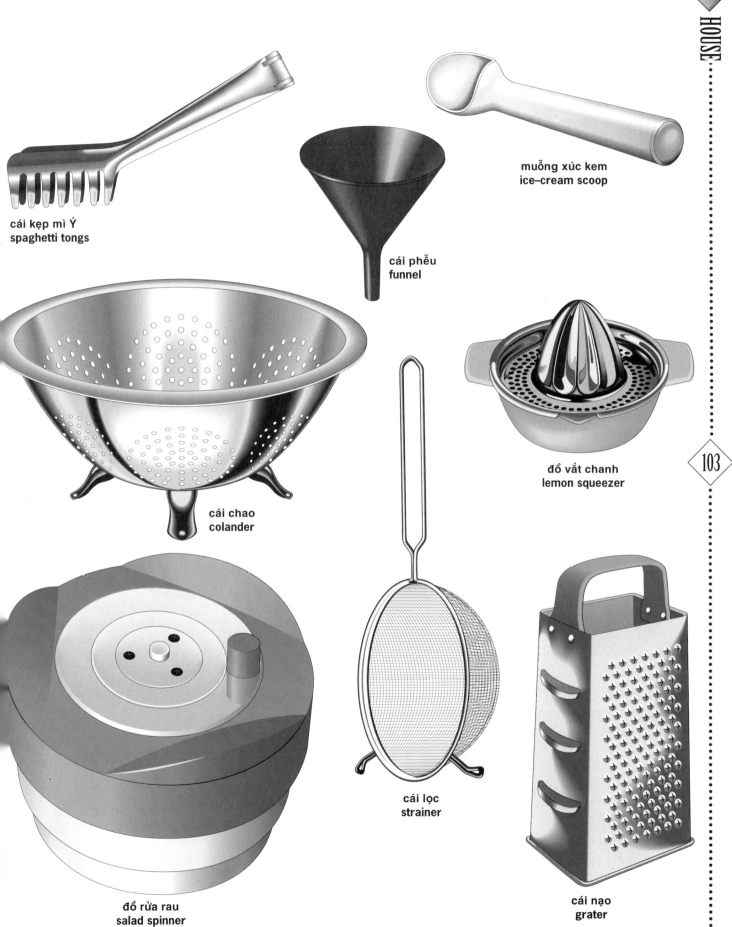

cái kẹp mì Ý
spaghetti tongs

cái phễu
funnel

muỗng xúc kem
ice–cream scoop

cái chao
colander

đồ vắt chanh
lemon squeezer

đồ rửa rau
salad spinner

cái lọc
strainer

cái nạo
grater

103

ĐỒ DÙNG NẤU ĂN
COOKING UTENSILS

cái chảo
frying pan

nồi áp chảo
sauté pan

nồi hầm; xoong
stockpot; casserole

bộ nấu xốt đun
fondue set

cái chảo
wok

nồi xốt đun
fondue pot

đồ đốt
burner

nồi nấu hai tầng
double boiler

cái nồi
saucepan

nồi hấp rau cải
vegetable steamer

nồi nướng
roasting pans

nồi áp suất
pressure cooker

van an toàn
safety valve

thiết bị điều chỉnh áp suất
pressure regulator

DỤNG CỤ NHÀ BẾP
KITCHEN APPLIANCES

máy pha cà phê rơi từng giọt tự động
automatic drip coffee maker / automatic filter coffee maker

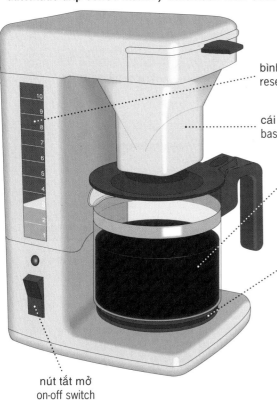

bình chứa
reservoir

cái rổ
basket

bình thủy tinh đựng cà phê
carafe

đĩa ấm
warming plate

nút tắt mở
on-off switch

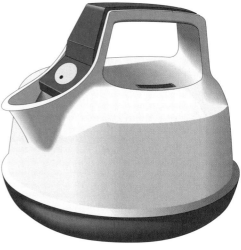

ấm đun nước
kettle

đồ trộn bằng tay
hand mixer

nút đẩy ra
beater ejector

điều chỉnh tốc độ
speed control

đồ đánh
beater

máy khuấy
blender

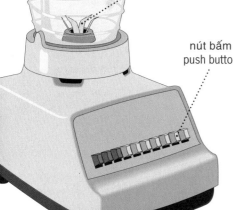

bình đựng
container

lưỡi cắt
cutting blade

nút bấm
push button

máy khuấy tay
hand blender

đồ nướng bánh mì
toaster

rãnh
slot

cần điều khiển
lever

nút kiểm soát nhiệt độ
temperature control

TỦ LẠNH
REFRIGERATOR

mâm làm đá cục
ice cube tray

khay đựng trứng
egg tray

ngăn đựng sữa
dairy compartment

ngăn đông đá
freezer compartment

bộ điều chỉnh nhiệt
thermostat control

ngăn đựng bơ
butter compartment

ngăn đựng rau
crisper

ngăn tủ lạnh
refrigerator compartment

thanh ngăn
guard rail

khay đựng thịt
meat tray

miếng kính đậy
glass cover

giá
shelf

cửa tủ
storage door

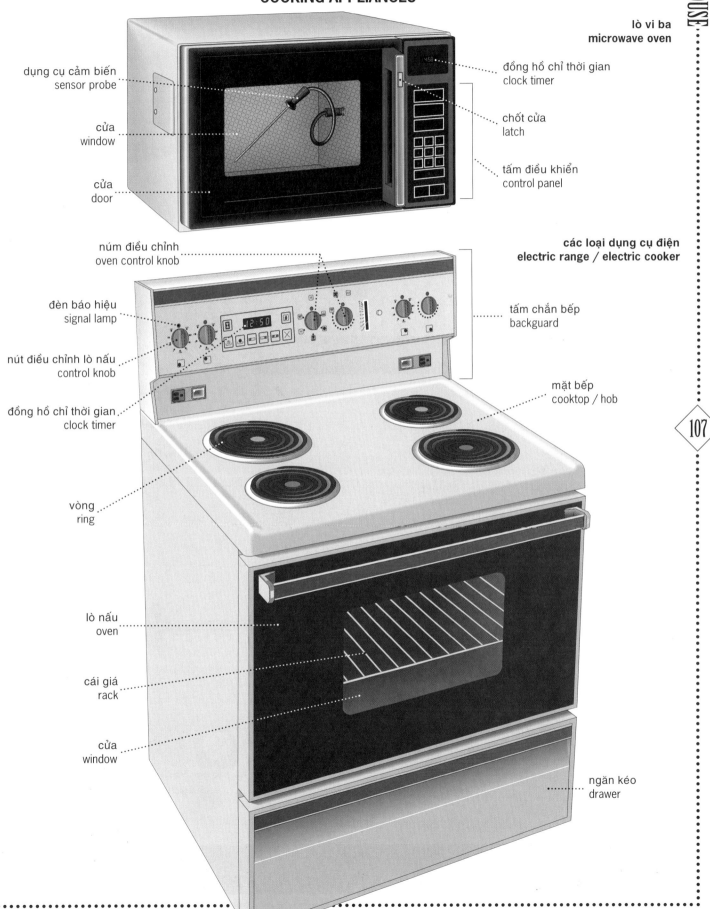

DỤNG CỤ NẤU ĂN
COOKING APPLIANCES

lò vi ba
microwave oven

dụng cụ cảm biến
sensor probe

đồng hồ chỉ thời gian
clock timer

cửa
window

chốt cửa
latch

cửa
door

tấm điều khiển
control panel

núm điều chỉnh
oven control knob

các loại dụng cụ điện
electric range / electric cooker

đèn báo hiệu
signal lamp

tấm chắn bếp
backguard

nút điều chỉnh lò nấu
control knob

mặt bếp
cooktop / hob

đồng hồ chỉ thời gian
clock timer

vòng
ring

lò nấu
oven

cái giá
rack

cửa
window

ngăn kéo
drawer

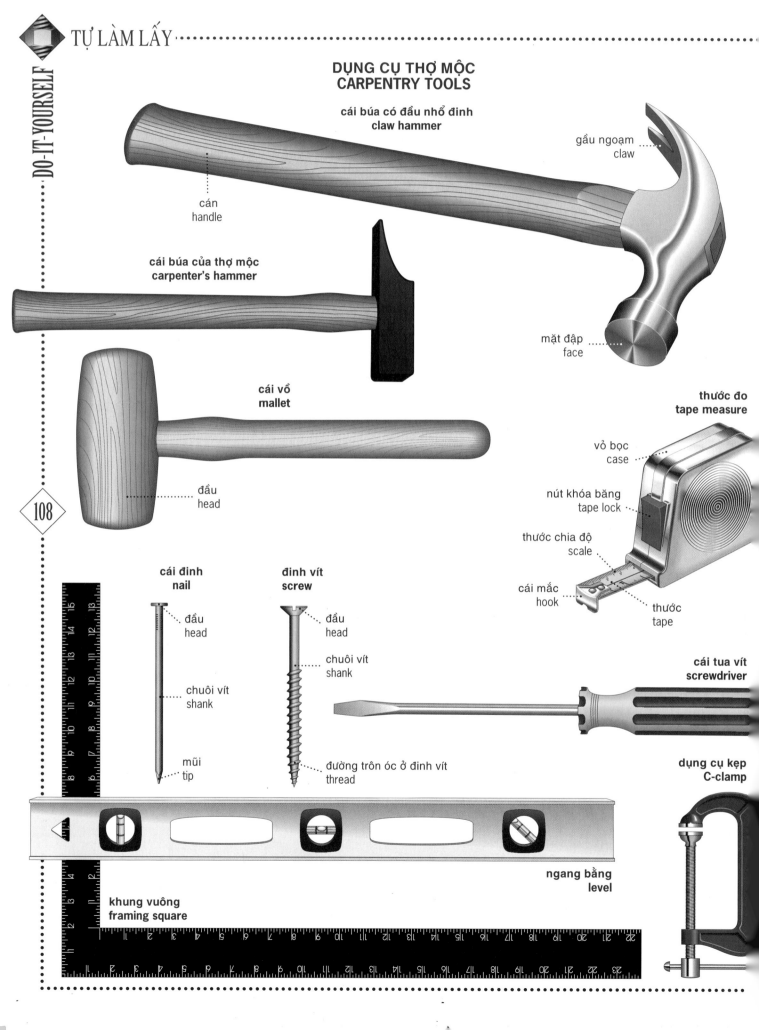

DỤNG CỤ THỢ MỘC
CARPENTRY TOOLS

cái búa có đầu nhổ đinh
claw hammer

gầu ngoạm
claw

cán
handle

cái búa của thợ mộc
carpenter's hammer

mặt đập
face

cái vồ
mallet

thước đo
tape measure

vỏ bọc
case

nút khóa băng
tape lock

đầu
head

thước chia độ
scale

cái mắc
hook

thước
tape

cái đinh
nail

đinh vít
screw

đầu
head

đầu
head

chuôi vít
shank

chuôi vít
shank

cái tua vít
screwdriver

chuôi vít
shank

mũi
tip

đường trôn óc ở đinh vít
thread

dụng cụ kẹp
C-clamp

ngang bằng
level

khung vuông
framing square

**cái cưa tay
handsaw**

lưỡi dao
blade

răng
tooth

cán
handle

vặn có thể điều chỉnh
adjustable wrench / adjustable spanner

hàm cố định
fixed jaw

đinh ốc có tai
thumbscrew

cán
handle

hàm có thể điều chỉnh được
movable jaw

**cái kìm khóa
locking pliers / adjustable pliers**

lò xo
spring

đòn bẩy
lever

đinh vít điều chỉnh
adjusting screw

nhả cần điều khiển
release lever

ngàm
jaw

**kìm càng cong ép lại với nhau
rib joint pliers**

phần có thể điều chỉnh
adjustable channel

**bù loong
bolt**

đinh vít
nut

đầu
head

đinh trôn óc
threaded rod

**kìm mũi dài
long-nose pliers**

**cái kìm nối
slip joint pliers**

cán
handle

mối nối
slip joint

TỰ LÀM LẤY

DỤNG CỤ ĐIỆN
ELECTRIC TOOLS

cái khoan điện
electric drill

mũi khoan
auger bit

vỏ bọc
housing

khóa công tắc
switch lock

ống cặp mũi khoan
chuck

khoan xoắn
twist drill

ngàm
jaw

tay cầm phụ
auxiliary handle

công tắc
switch

khóa kẹp
chuck key

dây dẫn điện
cable

tay cầm cán khoan
pistol grip handle

phích cắm
plug

110

cưa tròn
circular saw

cán
handle

đồ bảo vệ lưỡi cắt
blade guard

cái lẫy mở máy
trigger switch

lưỡi cưa tròn
circular saw blade

bộ phận vênh cánh quạt
blade tilting mechanism

đầu
tip

động cơ
motor

tay nắm
knob handle

lưỡi dao
blade

tấm đệm
base plate

răng
tooth

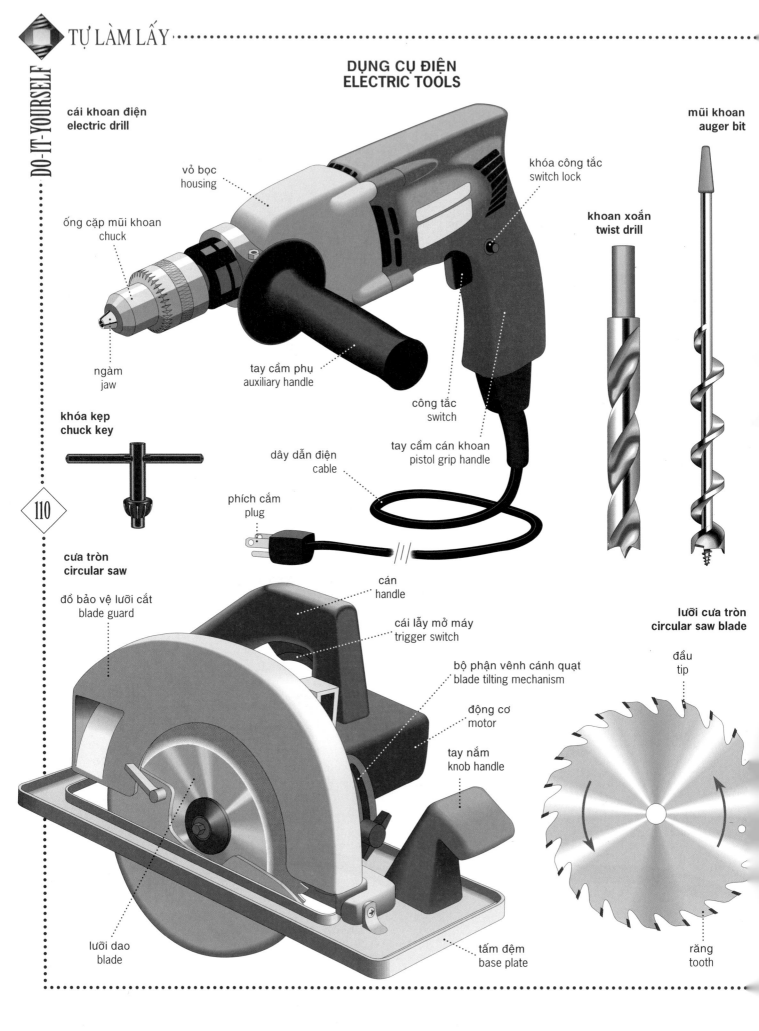

SỰ BẢO TRÌ DỤNG CỤ SƠN
PAINTING UPKEEP

**ống lăn sơn
paint roller**

khay
tray

ống lăn
roller frame

bao ống lăn
roller cover

**thang gấp
stepladder**

**đồ cạo
scraper**

lưỡi
blade

**thang kéo dài
extension ladder**

cán
handle

**cọ
brush**

lông cọ
bristles

tay thành thang
side rail

cái ròng rọc
pulley

thiết bị để lắp
locking device

thanh ngang
rung

**bậc thang
platform ladder**

dây kéo
hoisting rope

miếng đế chống trượt
anti-slip shoe

CLOTHING

Y PHỤC ĐÀN ÔNG
MEN'S CLOTHING

áo sơ mi
shirt

cổ áo
collar

đầu cổ áo
collar point

đường xẻ
placket

túi ngực
breast pocket

dây đeo
suspenders / braces

phần điều chỉnh có thể trượt
adjustment slide

thân trước
front

cái kẹp dây đeo
suspender clip

móc nút
button loop

đầu bọc da
leather end

cổ tay áo sơ mi
cuff

cái khuy
button

phần áo sơ mi dài
xuống dưới thắt lưng
shirttail

112

cà vạt
tie

phía sau cà vạt
rear apron

phần cuối cổ
neck end

vòng
loop

mặt trước
front apron

quần
pants / trousers

đai lưng
waistband

túi
pocket

miếng vải che cửa quần
fly

dây lưng
belt

khung khóa
frame

dùi lỗ
punch hole

vòng gài dây lưng
belt carrier

đường li
crease

mộng xoi
tongue

áo lót: áo lót
tank top: undershirt / vest

quần cụt
boxer shorts

quần lót
briefs

miếng che
cửa quần
fly

đũng quần
crotch

dây thung
waistband

cổ tay áo sơ mi
cuff

áo vét-tông có lớp lót ngực
double-breasted jacket

cổ áo
collar

lớp vải lót
lining

túi ngực xéo
breast welt pocket

tay áo
sleeve

túi đậy kín
concealed pocket

nắp
flap

túi may ngoài
patch pocket

áo khoác cài bằng
nút gỗ
duffle coat

mũ trùm đầu
hood

khuy khuyết thừa
frog

nút gỗ gài
toggle fastening

mũ
cap

chóp mũ
crown

lưỡi trai
peak

mũ mềm có chõm
stocking cap / bobble hat

mũ săn
hunting cap

nắp mũ che tai
ear flap

áo vét-tông
jacket

t cài kêu đánh tách
snap fastener

dây chun
elastic waistband

áo ngăn gió
windbreaker

đai lưng
waistband

dây rút
drawstring

Y PHỤC PHỤ NỮ
WOMEN'S CLOTHING

mũ không vành
toque

mũ đan
knitted hat

mũ đội kín chỉ
hở mặt
balaclava

lưỡi trai
peak

mũ nồi
beret

áo sơ mi phụ nữ
blouse

áo vét-tông có lớp lót ngực
double-breasted jacket

bộ com-lê
suit

áo vét-tông
jacket

váy
skirt

114

áo khoác
overcoat

áo pon sô
poncho

áo đầm
dress

quần gin
jeans

quần trượt tuyết
ski pants

quần ngắn
shorts

quần soóc Ber-mu-đa
Bermuda shorts

dây vòng bàn chân
footstrap

115

váy thẳng
straight skirt

quần soóc phụ nữ
culottes

váy xếp
pleated skirt

Y PHỤC PHỤ NỮ
WOMEN'S CLOTHING

bộ đồ ngủ
pajamas

áo nịt vú
bra

cầu vai
shoulder strap

chiếc nịt vú
brassiere cup

quần
pants / briefs

váy lót
half-slip / waist slip

áo choàng tắm
bathrobe / dressing gown

116

ÁO LEN CHUI CỔ
SWEATERS

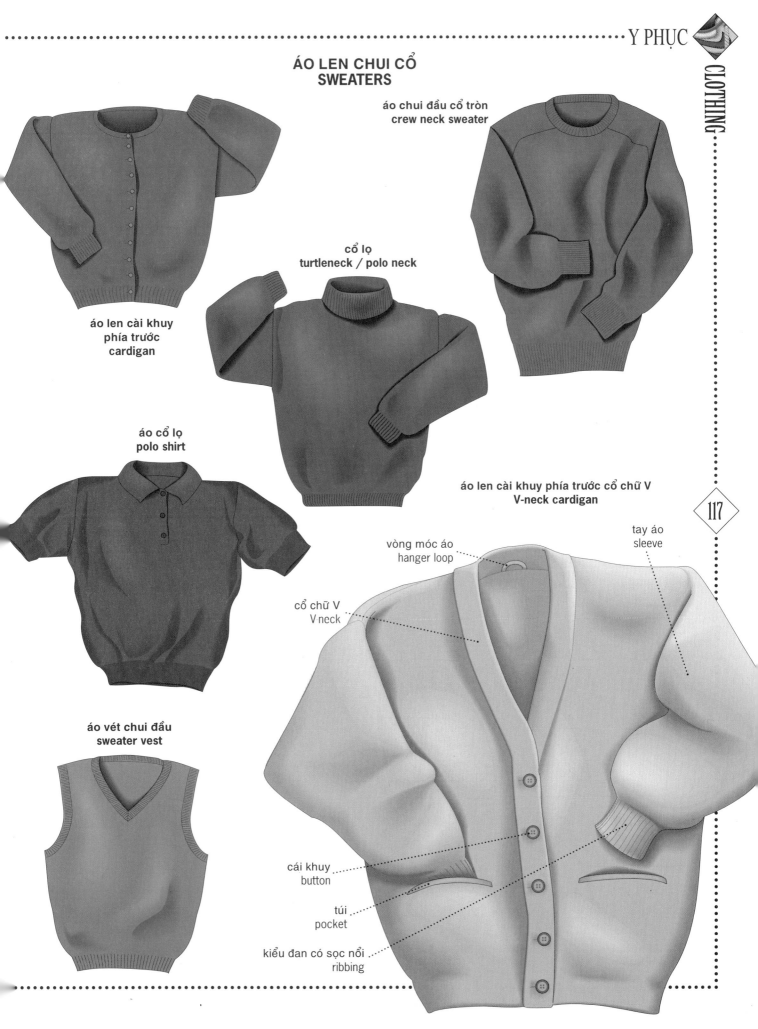

áo chui đầu cổ tròn
crew neck sweater

cổ lọ
turtleneck / polo neck

áo len cài khuy
phía trước
cardigan

áo cổ lọ
polo shirt

áo len cài khuy phía trước cổ chữ V
V-neck cardigan

vòng móc áo
hanger loop

tay áo
sleeve

cổ chữ V
V neck

áo vét chui đầu
sweater vest

cái khuy
button

túi
pocket

kiểu đan có sọc nổi
ribbing

GĂNG TAY VÀ BÍT TẤT DÀI
GLOVES AND STOCKINGS

găng tay
gloves

ngón găng tay
glove finger

ngón tay cái
thumb

lòng găng tay
palm

nút cài kêu tách
snap fastener

đường khâu
stitching

bít tất
sock

đầu bít tất có sọc nổi
ribbed top

chân
leg

phần che mu
bàn chân
instep

gót
heel

phần của tất bọc
lòng bàn chân
sole

ngón chân
toe

găng tay lái xe
driving glove

găng tay bọc chung
bốn ngón và ngón
cái riêng
mitten

quần nịt
tights

bít tất ngắn
ankle sock

bít tất
sock

bít tất cao đến đầu gối
knee-high sock

bít tất dài
stocking

118

GIÀY
SHOES

giày ống dùng việc nặng
heavy duty boot /
walking boot

giày vũ ba-lê
ballerina / pump

giày xăng-đan
slingback

giày ống đến đùi
thigh-boot

giày mềm nhẹ để khiêu vũ
pump / court

giày quần vợt
tennis shoe

giày vải
espadrille

giày đế phẳng
loafer

119

xăng-đan
sandal

giày đế bẹt
moccasin

giày ống
boot

giày ống thấp
ankle boot

Y PHỤC THỂ THAO
SPORTSWEAR

QUẦN ÁO THỂ DỤC
EXERCISE WEAR

áo lót
tank top

đồ tắm
swimsuit

quần áo liền
leotard

BỘ ĐỒ THỂ THAO
TRACK SUIT

áo dài tay
sweatshirt

áo che gió
windbreaker / anorak

áo chui đầu có mũ
hooded sweatshirt

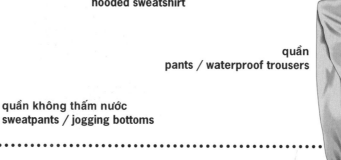

quần
pants / waterproof trousers

quần không thấm nước
sweatpants / jogging bottoms

QUẦN ÁO THỂ DỤC
EXERCISE WEAR

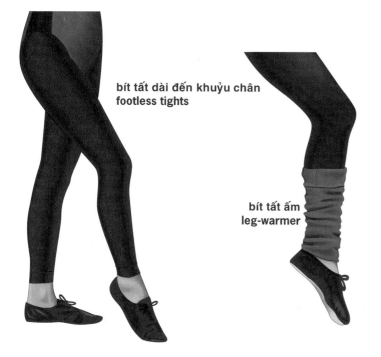

bít tất dài đến khuỷu chân
footless tights

bít tất ấm
leg-warmer

quần tắm
swimming trunks

quần cụt
boxer shorts

giày chạy
running shoe / trainer

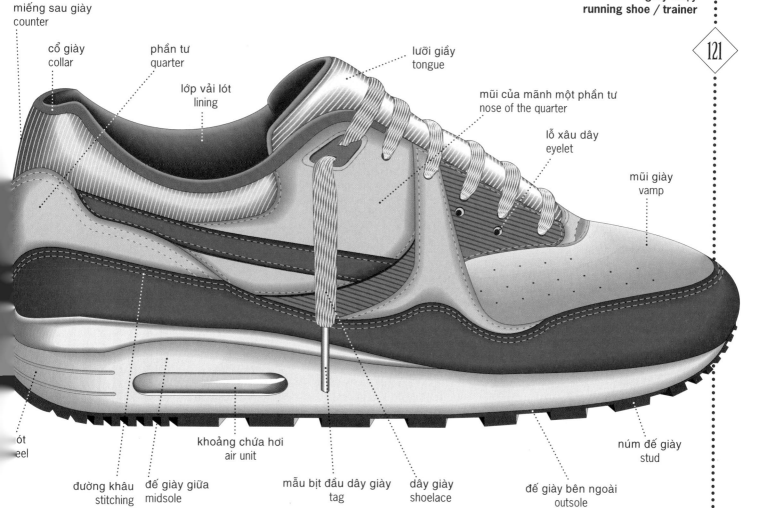

miếng sau giày
counter

cổ giày
collar

phần tư
quarter

lớp vải lót
lining

lưỡi giày
tongue

mũi của mãnh một phần tư
nose of the quarter

lỗ xâu dây
eyelet

mũi giày
vamp

ót
eel

đường khâu
stitching

đế giày giữa
midsole

khoảng chứa hơi
air unit

mẫu bịt đầu dây giày
tag

dây giày
shoelace

đế giày bên ngoài
outsole

núm đế giày
stud

SỰ CHĂM SÓC RĂNG
DENTAL CARE

bàn chải đánh răng
toothbrush

đầu kích thích
stimulator tip

cán
handle

lông bàn chải
bristles

chỉ làm sạch
kẻ răng
dental floss

đầu
head

kem đánh răng
toothpaste

NGHỀ UỐN TÓC
HAIRDRESSING

đuôi lược
tail comb

lược răng
rake comb

máy sấy tóc
hair-dryer

quạt
fan

nút chọn độ nóng
heat selector switch

nòng
barrel

bàn chải tóc
hairbrush

lược kiểu
Châu Phi
Hair pick

heat air

chải tóc

nút chọn tốc độ
speed selector switch

nút mở tắt
on-off switch

vỉ thoát hơi
air-outlet grille

tay cầm
handle

phần tập hợp không khí
air concentrator

HÀNG HÓA BẰNG DA
LEATHER GOODS

túi dây kéo
drawstring bag

dây kéo
drawstring

ba lô
knapsack

đồ đựng chìa khóa
key case

cái ví
wallet

dây đeo
shoulder strap

ví tiền
purse

túi trước
front pocket

KÍNH MẮT
GLASSES

tròng mắt kính
glass lens

cầu kính
bridge

thanh gọng kiếng
bar

vòng kính
rim

miếng đệm mũi
nose pad

gọng kính
temple

123

CÁI DÙ
UMBRELLA

tán dù
canopy

đỉnh
tip

thanh căng
spreader

vòng
ring

dù có những đoạn
lồng vào nhau
telescopic umbrella

vòng buộc
tie

cán dù
shank

bao dù
cover

gọng
rib

khóa
tab

tay cầm
handle

SỰ TRUYỀN ĐẠT BẰNG ĐIỆN THOẠI
COMMUNICATION BY TELEPHONE

bộ máy điện thoại
telephone set

phần nghe máy
điện thoại
earpiece

tay cầm
handset

tấm chưng bày
display

phần để nói
mouthpiece

nút chọn vận hành
function selectors

máy điện thoại trả lời
telephone answering machine

băng cát-xét thông báo
outgoing announcement cassette

máy cát xét ghi lời nhắn
incoming message cassette

loa
speaker

nút nghe
listen button

mặt quay số tự động
automatic dialer

nút bấm báo ghi lời nhắn
record announcement button

dây điện thoại
handset cord

nút bấm
push buttons

thư mục điện thoại
telephone index

điều chỉnh âm lượng
volume control

nút điều khiển máy cát xét
cassette player controls

124

điện thoại trả tiền
pay phone

nút bấm điện thoại
push-button telephone

khe bỏ tiền
coin slot

mặt chưng bày
display

điện thoại cầm tay có ô hình mạng
portable cellular telephone

nút bấm
push buttons

điện thoại không dây
cordless telephone

tay cầm
handset

chỗ đọc thẻ
card reader

khay trả tiền lại
coin return tray

THUẬT NHIẾP ẢNH
PHOTOGRAPHY

chỗ gắn đèn
accessory shoe

**máy ảnh ống kính đơn phản chiếu
single lens reflex (slr) camera**

nút quay phim lại
film rewind button

chỗ tiếp xúc
hot-shoe contact

nút lên phim
film advance button

tấm điều khiển
control panel

nút quay điều khiển
control dial

nút độ sáng
exposure button

nút chỉnh tốc độ
film speed

đầu điều khiển từ xa
remote control terminal

vỏ máy ảnh
camera body

50 mm

AUTO

1 : 3 5

281045

vòng định tiêu điểm
focus setting ring

nút mở lá chắn sáng
shutter release button

thấu kính máy ảnh
objective lens

125

**máy ảnh gọn
compact camera**

**đèn nháy điện tử
electronic flash**

đèn chụp ảnh
flashtube

lỗ chân kim
perforation

**phim cát xét
cassette film**

đầu phim
film leader

tế bào quang điện
photoelectric cell

**máy chụp ảnh lấy ảnh ngay
Polaroid® Land camera**

bộ phận lắp vào phía dưới
mounting foot

**máy ảnh nhỏ
pocket camera**

**hộp đựng phim
cartridge film**

**hộp phim
film pack**

VÔ TUYẾN TRUYỀN HÌNH
TELEVISION

bộ máy truyền hình
television set

vỏ máy
cabinet

màn ảnh
screen

nút cảm biến điều
khiển từ xa
remote control sensor

nút mở tắt
on/off button

nút chỉ thị
indicators

điều chỉnh đài
tuning controls

126

đồ điều khiển từ xa
remote control

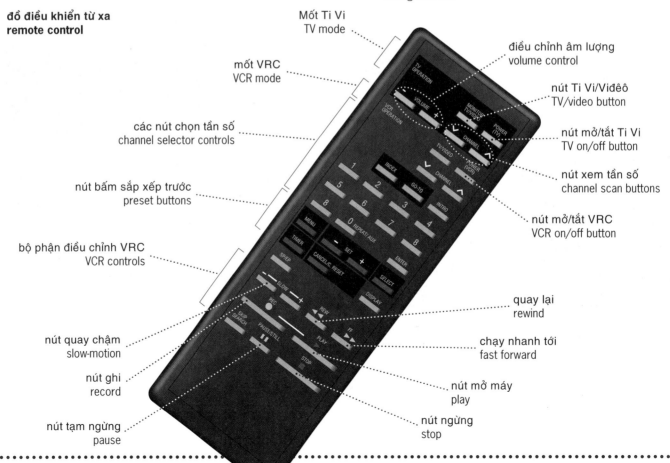

Mốt Ti Vi
TV mode

mốt VRC
VCR mode

điều chỉnh âm lượng
volume control

nút Ti Vi/Viđêô
TV/video button

các nút chọn tần số
channel selector controls

nút mở/tắt Ti Vi
TV on/off button

nút bấm sắp xếp trước
preset buttons

nút xem tần số
channel scan buttons

nút mở/tắt VRC
VCR on/off button

bộ phận điều chỉnh VRC
VCR controls

quay lại
rewind

nút quay chậm
slow-motion

chạy nhanh tới
fast forward

nút ghi
record

nút mở máy
play

nút tạm ngừng
pause

nút ngừng
stop

VIĐÊÔ
VIDEO

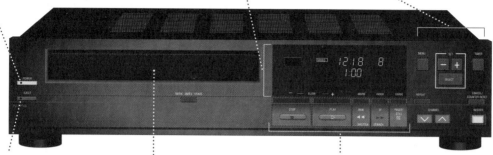

đầu máy viđêô
videocassette recorder

nút mở tắt
on/off button

tấm chưng bày dữ liệu
data display

nút bấm sắp xếp trước
preset buttons

nút lấy cát xét ra
cassette eject switch

ngăn cát xét
cassette compartment

điều khiển
controls

máy quay phim
video camera

chỗ gắn đèn
accessory shoe

thị kính
eyepiece

nút điều chỉnh lớn nhỏ
power zoom button

kính ngắm điện tử
electronic viewfinder

nút lấy cát xét ra
cassette eject switch

bộ điều chỉnh băng viđêô
videotape operation controls

nút điều chỉnh kính ngắm
viewfinder adjustment keys

micrôphôn gắn liền
built-in microphone

BATT

pin
battery

ống kính có thể
điều chỉnh
zoom lens

nút điều chỉnh quay
shooting adjustment keys

ngăn cát xét
cassette compartment

nút đẩy ra bằng pin
battery eject switch

tấm chưng bày dữ liệu
data display

nút chọn/tìm
edit/search buttons

HỆ THỐNG ÂM THANH NỔI
STEREO SYSTEM / HI-FI SYSTEM

THÀNH PHẦN HỆ THỐNG
SYSTEM COMPONENTS

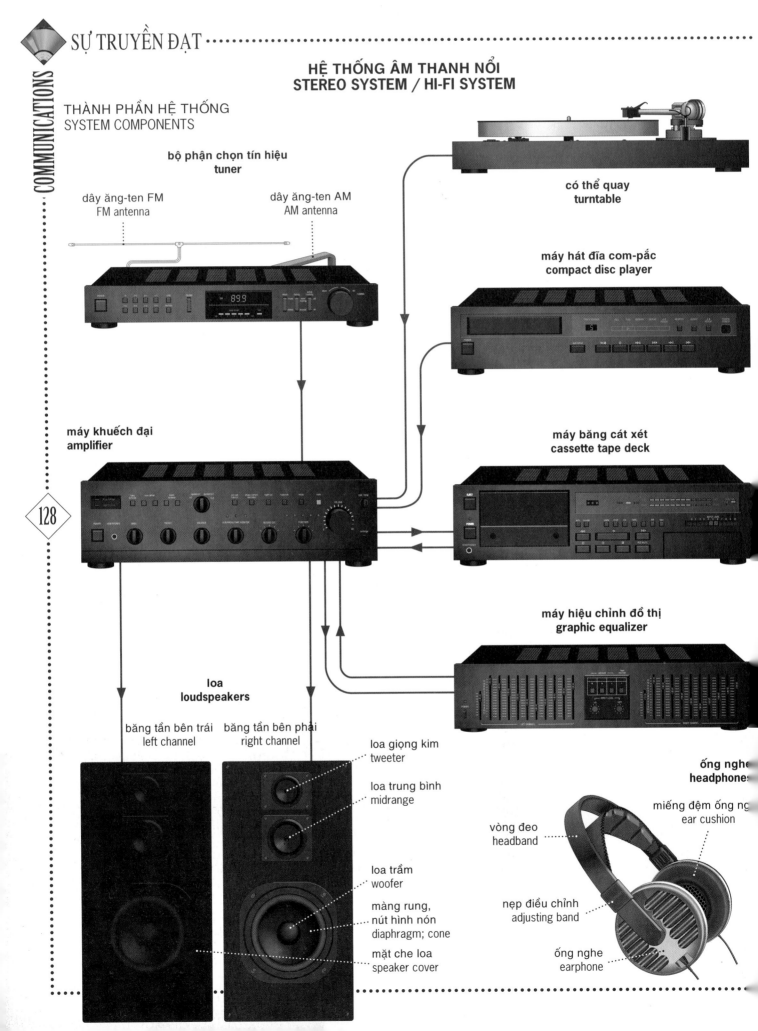

bộ phận chọn tín hiệu
tuner

dây ăng-ten FM
FM antenna

dây ăng-ten AM
AM antenna

có thể quay
turntable

máy hát đĩa com-pắc
compact disc player

máy khuếch đại
amplifier

máy băng cát xét
cassette tape deck

máy hiệu chỉnh đồ thị
graphic equalizer

loa
loudspeakers

băng tần bên trái
left channel

băng tần bên phải
right channel

loa giọng kim
tweeter

loa trung bình
midrange

loa trầm
woofer

màng rung,
nút hình nón
diaphragm; cone

mặt che loa
speaker cover

ống nghe
headphones

miếng đệm ống nghe
ear cushion

vòng đeo
headband

nẹp điều chỉnh
adjusting band

ống nghe
earphone

HỆ THỐNG ÂM THANH XÁCH TAY
PORTABLE SOUND SYSTEMS

**máy ghi âm cát xét CD làn sóng
ngắn/dài xách tay
portable CD AM/FM cassette recorder**

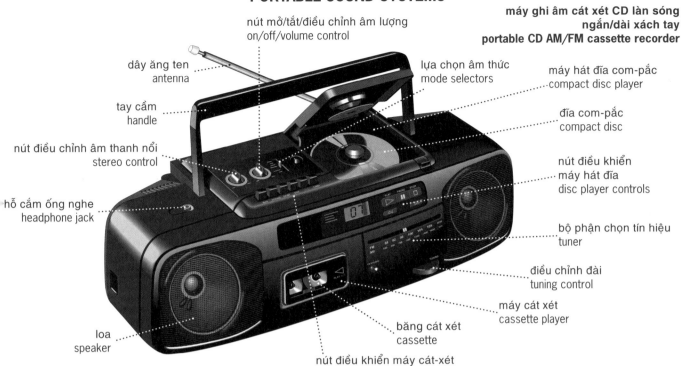

nút mở/tắt/điều chỉnh âm lượng
on/off/volume control

dây ăng ten
antenna

tay cầm
handle

nút điều chỉnh âm thanh nổi
stereo control

hỗ cắm ống nghe
headphone jack

loa
speaker

lựa chọn âm thức
mode selectors

máy hát đĩa com-pắc
compact disc player

đĩa com-pắc
compact disc

nút điều khiển
máy hát đĩa
disc player controls

bộ phận chọn tín hiệu
tuner

điều chỉnh đài
tuning control

máy cát xét
cassette player

băng cát xét
cassette

nút điều khiển máy cát-xét
cassette player controls

**máy cát-xét cá nhân làn sóng ngắn/dài
personal AM/FM cassette player; Walkman®**

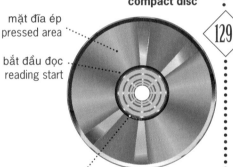

dây điện
cable

nút mở tắt
on/off button

nút quay lại
rewind button

nút mở máy
play button

nút chạy nhanh tới
fast-forward button

tự động chạy trở lại
auto reverse

phích cắm ống nghe
headphone plug

vòng đen
headband

điều chỉnh âm lượng
volume control

điều chỉnh đài
tuning control

ống nghe
headphones

băng cát xét
cassette

máy cát xét
cassette player

nút chọn tín hiệu
tuner

**đĩa com-pắc
compact disc**

mặt đĩa ép
pressed area

bắt đầu đọc
reading start

băng nhận định về kỹ thuật
technical identification band

**nút thu băng
record**

rãnh xoắn trên đĩa
spiral-in groove

đường xoắn ốc
spiral

dải trên đĩa
band

rãnh xoắn cuối trên đĩa
tail-out groove

nhãn hiệu
label

lỗ ở giữa
center hole

**băng cát xét
cassette**

vỏ bọc
housing

cuộn quấn
take-up reel

băng thu
recording tape

đồ dẫn băng
tape guide

con lăn dẫn
băng
guide roller

ô băng chạy
playing window

XE Ô TÔ
CAR

sườn
body

cửa kính trước
windshield / windscreen

cần gạt nước
windshield wiper / windscreen wiper

kính bên ngoài
outside mirror / wing mirror

vòi rửa
washer nozzle

mui xe
hood / bonnet

130

đèn pha
headlight

tấm lưới bảo vệ
grille

cái hãm xung
bumper

khung xe
fender / wing

cửa mái
sunroof

dây ăng ten
antenna / aerial

nóc
roof

thành cửa
center post / door pillar

đường gờ
drip molding

nắp bình xăng
gas tank door / petrol tank flap

thùng
trunk / boot

131

cửa sổ
window

tấm chắn bùn
mud flap

ổ khóa cửa
door lock

tấm bao bánh xe
wheel cover / hub cap

đường chỉ sườn bên
side molding / side panel

tay cầm cửa
door handle

vỏ xe
tire / tyre

cửa
door

XE Ô TÔ
CAR

bảng đồng hồ
dashboard

nút bật cây gạt nước
wiper switch

kính chiếu hậu
rearview mirror

kính soi
vanity mirror

bảng điều khiển
instrument panel

tấm che mặt trời
sun visor

công tắc bật máy
ignition switch

đồng hồ
clock

kèn
horn

lỗ thông hơi
air vent

tay lái
steering wheel

hộc đựng đồ
glove compartment

đèn pha/ra dấu quẹo
headlight/turn signal

nút điều chỉnh sưởi
heater control

bàn đạp sang số
clutch pedal

hệ thống âm thanh
audio system

bàn đạp phanh
brake pedal

bàn đạp tăng tốc độ
accelerator pedal

bộ phận sang số
gearshift lever / gear lever; gears

thắng tay
handbrake

khung điều khiển ở giữa
center console / centre console

bảng điều khiển
instrument panel

đèn báo trước
warning lights

đèn nháy báo quẹo
turn signal indicator /
indicator light

đồng hồ đo nhiên liệu
fuel gauge

đèn pha sáng
high beam indicator light /
main beam indicator light

đồng hồ nhiệt độ
temperature gauge

đồng hồ đo vòng quay
rev(olution) counter

đồng hồ đo dặm
odometer / milometer

tín hiệu đồng hồ đo dặm
trip odometer / trip milometer

đồng hồ tốc độ
speedometer

ĐÈN XE
CAR LIGHTS

**đèn trước
front lights**

tia sáng thấp
low beam / dipped headlights

đèn báo quẹo
turn signal / indicator

đèn bên cạnh
side light

tia sáng pha
beam / main beam headlights

đèn sương mù
fog light / fog lamp

**đèn sau
rear lights**

đèn báo quẹo
turn signal / indicator

đèn sau
tail light / rear light

đèn bên cạnh
side light

đèn phanh
brake light

đèn phụ
backup light / reversing light

đèn bảng số
license plate light / number plate light

đèn thắng
brake light

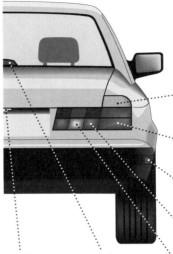

CÁC LOẠI SƯỜN XE
TYPES OF CAR BODIES

**xe hai cửa
two-door sedan / coupe**

**xe thể thao
sports car**

**xe có cửa sau
hatchback**

**loại xe tải nhỏ
không mui
pickup truck**

**xe mui kéo
convertible**

**hòm xe bốn cửa
four-door sedan / four-door saloon**

**xe rộng có cửa sau
station wagon / estate car**

**xe dùng cho nhiều
mục đích
multipurpose vehicle**

**xe van nhỏ
minivan / estate wagon**

**xe li-mu-din
limousine**

133

XE TẢI CHỞ HÀNG
TRUCK / LORRY

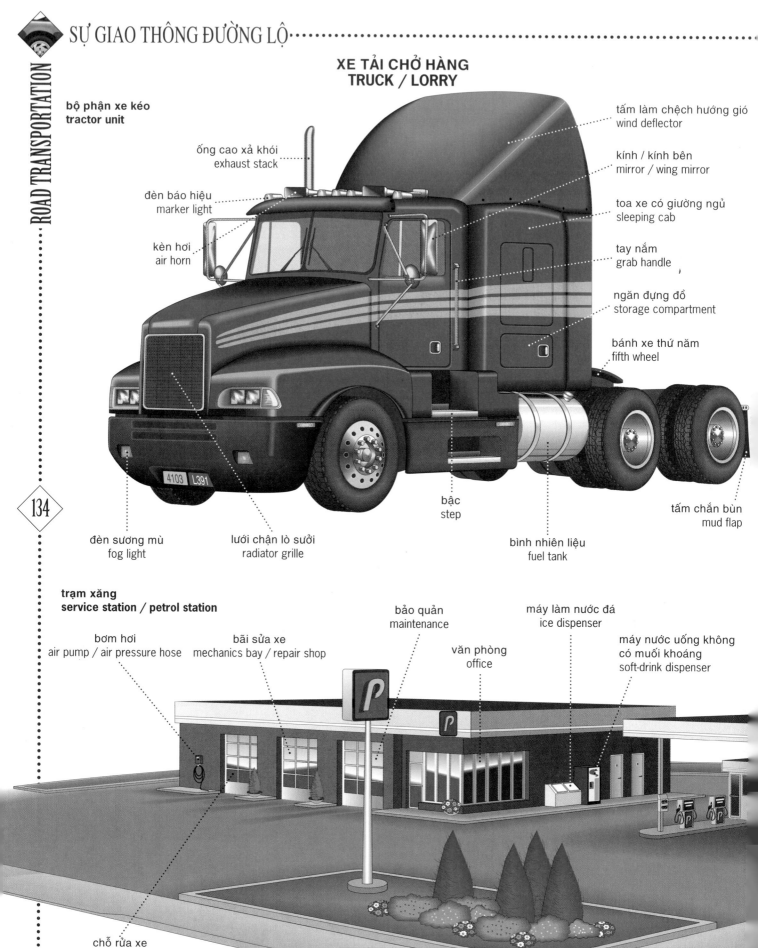

bộ phận xe kéo
tractor unit

ống cao xả khói
exhaust stack

đèn báo hiệu
marker light

kèn hơi
air horn

tấm làm chệch hướng gió
wind deflector

kính / kính bên
mirror / wing mirror

toa xe có giường ngủ
sleeping cab

tay nắm
grab handle

ngăn đựng đồ
storage compartment

bánh xe thứ năm
fifth wheel

4103 L391

đèn sương mù
fog light

lưới chặn lò sưởi
radiator grille

bậc
step

bình nhiên liệu
fuel tank

tấm chắn bùn
mud flap

trạm xăng
service station / petrol station

bơm hơi
air pump / air pressure hose

bãi sửa xe
mechanics bay / repair shop

bảo quản
maintenance

văn phòng
office

máy làm nước đá
ice dispenser

máy nước uống không
có muối khoáng
soft-drink dispenser

chỗ rửa xe
car wash

XE MÔ TÔ
MOTORCYCLE

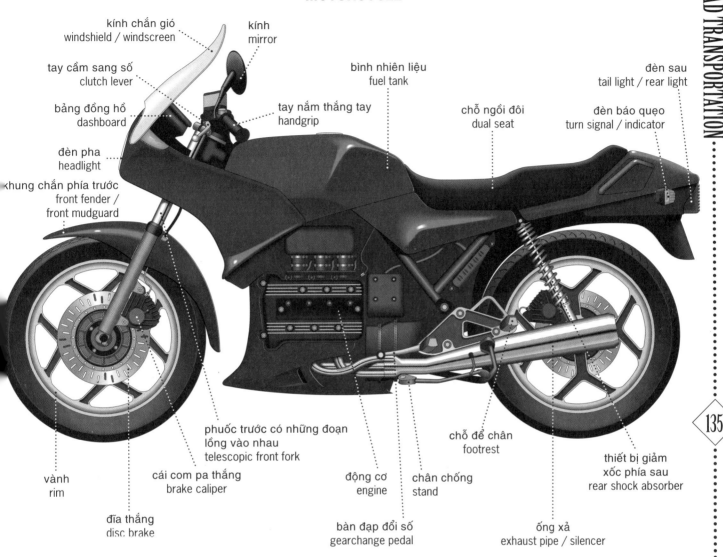

kính chắn gió
windshield / windscreen

kính
mirror

tay cầm sang số
clutch lever

bình nhiên liệu
fuel tank

đèn sau
tail light / rear light

bảng đồng hồ
dashboard

tay nắm thắng tay
handgrip

chỗ ngồi đôi
dual seat

đèn báo quẹo
turn signal / indicator

đèn pha
headlight

khung chắn phía trước
front fender /
front mudguard

phuốc trước có những đoạn
lồng vào nhau
telescopic front fork

chỗ để chân
footrest

135

vành
rim

cái com pa thắng
brake caliper

động cơ
engine

chân chống
stand

thiết bị giảm
xốc phía sau
rear shock absorber

đĩa thắng
disc brake

bàn đạp đổi số
gearchange pedal

ống xả
exhaust pipe / silencer

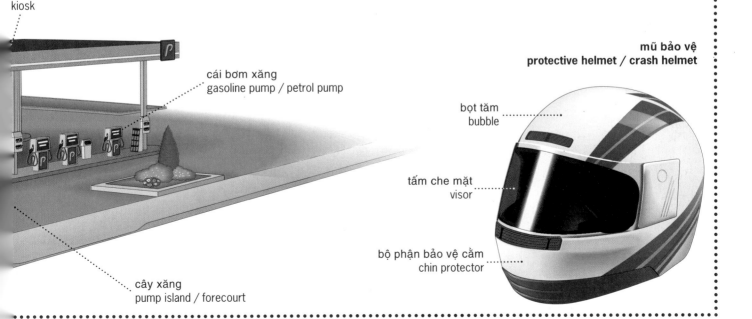

kiốt
kiosk

cái bơm xăng
gasoline pump / petrol pump

mũ bảo vệ
protective helmet / crash helmet

bọt tăm
bubble

tấm che mặt
visor

bộ phận bảo vệ cằm
chin protector

cây xăng
pump island / forecourt

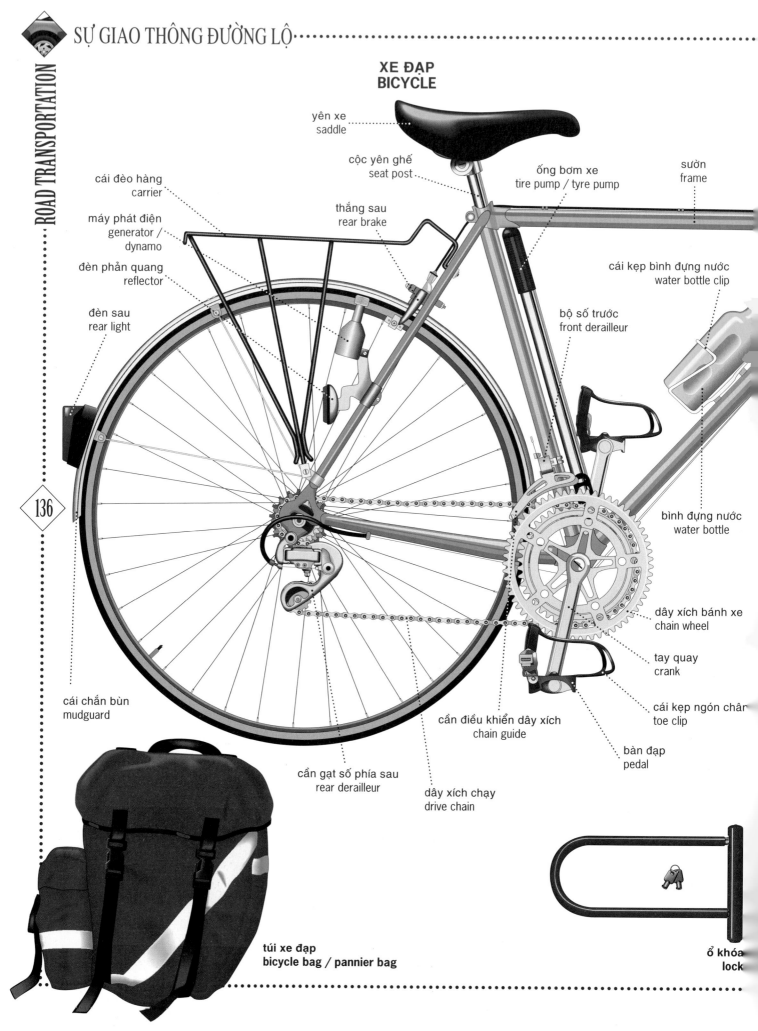

**XE ĐẠP
BICYCLE**

yên xe
saddle

cộc yên ghế
seat post

cái đèo hàng
carrier

máy phát điện
generator /
dynamo

đèn phản quang
reflector

đèn sau
rear light

thắng sau
rear brake

ống bơm xe
tire pump / tyre pump

sườn
frame

cái kẹp bình đựng nước
water bottle clip

bộ số trước
front derailleur

bình đựng nước
water bottle

dây xích bánh xe
chain wheel

tay quay
crank

cái kẹp ngón chân
toe clip

bàn đạp
pedal

cái chắn bùn
mudguard

cần điều khiển dây xích
chain guide

cần gạt số phía sau
rear derailleur

dây xích chạy
drive chain

túi xe đạp
bicycle bag / pannier bag

ổ khóa
lock

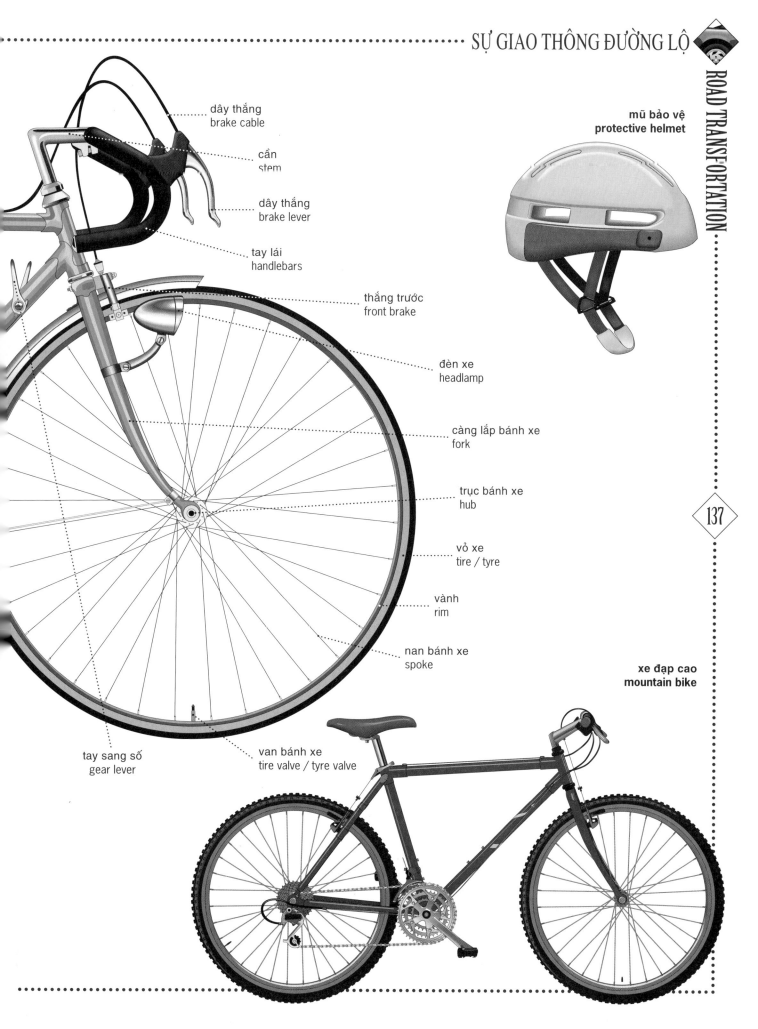

dây thắng
brake cable

cần
stem

dây thắng
brake lever

tay lái
handlebars

thắng trước
front brake

đèn xe
headlamp

càng lắp bánh xe
fork

trục bánh xe
hub

vỏ xe
tire / tyre

vành
rim

nan bánh xe
spoke

tay sang số
gear lever

van bánh xe
tire valve / tyre valve

mũ bảo vệ
protective helmet

xe đạp cao
mountain bike

SỰ GIAO THÔNG ĐƯỜNG SẮT

ĐẦU MÁY CHẠY ĐIÊZEN-ĐIỆN
DIESEL-ELECTRIC LOCOMOTIVE

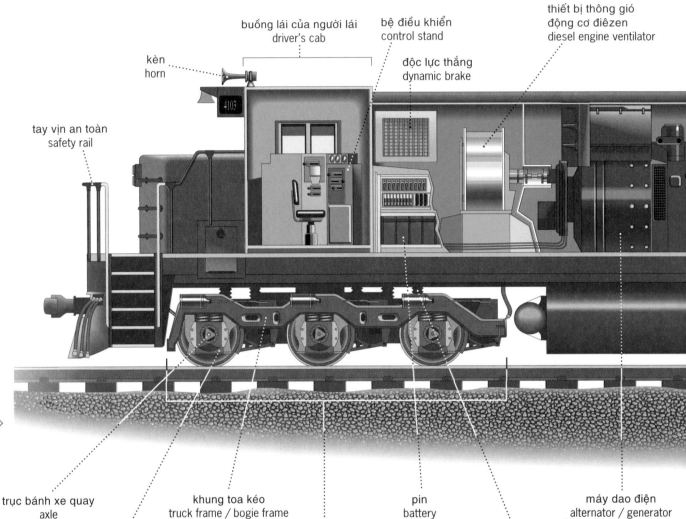

buồng lái của người lái
driver's cab

bệ điều khiển
control stand

thiết bị thông gió
động cơ điêzen
diesel engine ventilator

kèn
horn

độc lực thắng
dynamic brake

tay vịn an toàn
safety rail

trục bánh xe quay
axle

khung toa kéo
truck frame / bogie frame

pin
battery

máy dao điện
alternator / generator

hộp đầu trục bánh xe
journal box

toa kéo
truck / bogie

lò xo giảm xóc
suspension spring

CÁC LOẠI XE CHUYÊN CHỞ HÀNG HÓA
TYPES OF FREIGHT CARS

xe chở thú vật nuôi trong trại
livestock car / livestock van

toa xe tự đổ
hopper car / hopper wagon

toa xe lửa kín
box car / bogie wagon

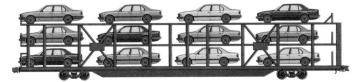

xe hơi / to xe chở xe hơi
automobile car / bogie car-transporter wagon

toa xe chở hàng
container car / container flat wagon

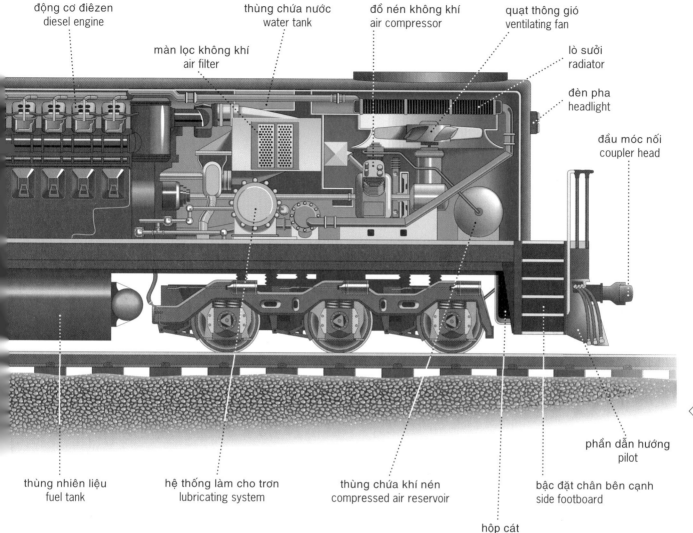

động cơ điêzen
diesel engine

màn lọc không khí
air filter

thùng chứa nước
water tank

đồ nén không khí
air compressor

quạt thông gió
ventilating fan

lò sưởi
radiator

đèn pha
headlight

đầu móc nối
coupler head

thùng nhiên liệu
fuel tank

hệ thống làm cho trơn
lubricating system

thùng chứa khí nén
compressed air reservoir

bậc đặt chân bên cạnh
side footboard

phần dẫn hướng
pilot

hộp cát
sandbox

vách ngăn toa xe trần
bulkhead flat car / bulkhead flat wagon

toa thùng chứa
tank car / bogie tank wagon

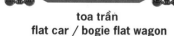

toa trần
flat car / bogie flat wagon

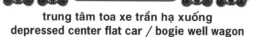

trung tâm toa xe trần hạ xuống
depressed center flat car / bogie well wagon

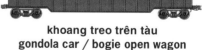

khoang treo trên tàu
gondola car / bogie open wagon

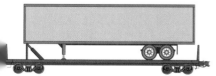

xe chở toa xe
piggyback car / piggyback flat wagon

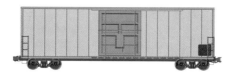

toa xe đông lạnh
refrigerator car / refrigerator van

toa nhân công
caboose / brake van

CHỖ ĐƯỜNG LỚN GIAO NHAU
HIGHWAY CROSSING / LEVEL CROSSING

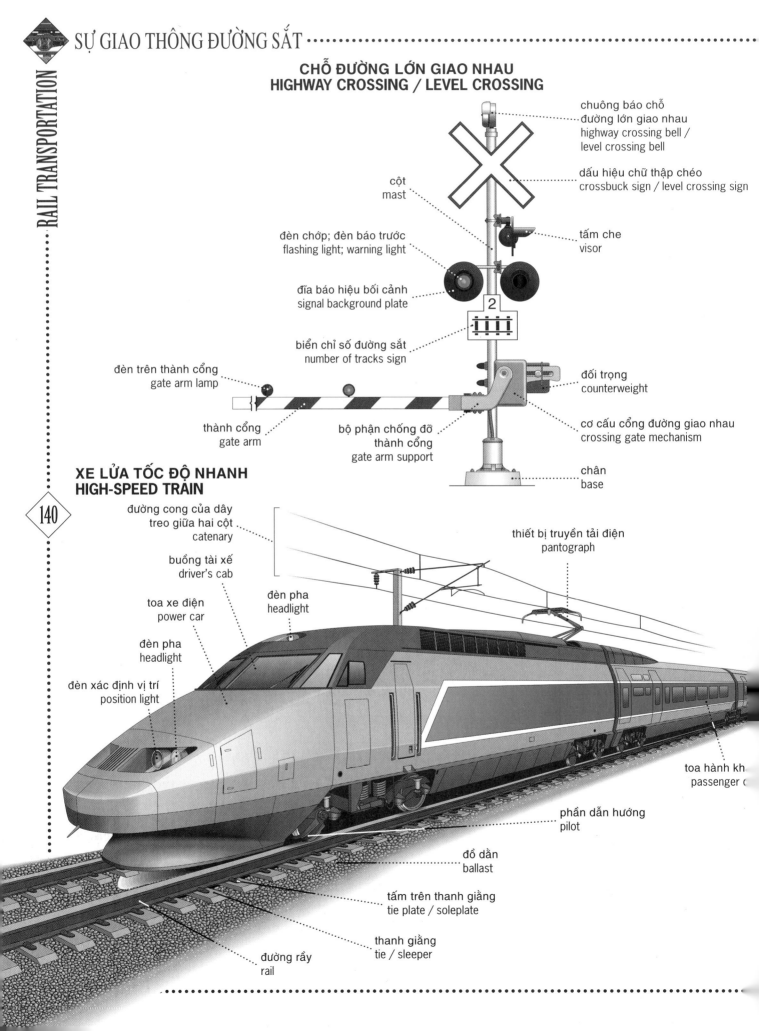

chuông báo chỗ đường lớn giao nhau
highway crossing bell /
level crossing bell

dấu hiệu chữ thập chéo
crossbuck sign / level crossing sign

cột
mast

tấm che
visor

đèn chớp; đèn báo trước
flashing light; warning light

đĩa báo hiệu bối cảnh
signal background plate

biển chỉ số đường sắt
number of tracks sign

đèn trên thành cổng
gate arm lamp

đối trọng
counterweight

thành cổng
gate arm

bộ phận chống đỡ thành cổng
gate arm support

cơ cấu cổng đường giao nhau
crossing gate mechanism

chân
base

XE LỬA TỐC ĐỘ NHANH
HIGH-SPEED TRAIN

140

đường cong của dây treo giữa hai cột
catenary

buồng tài xế
driver's cab

thiết bị truyền tải điện
pantograph

toa xe điện
power car

đèn pha
headlight

đèn pha
headlight

đèn xác định vị trí
position light

toa hành kh
passenger c

phần dẫn hướng
pilot

đổ dằn
ballast

tấm trên thanh giằng
tie plate / soleplate

thanh giằng
tie / sleeper

đường rầy
rail

THUYỀN BỐN CỘT BUỒM
FOUR-MASTED BARK / FOUR MASTED BAROQUE

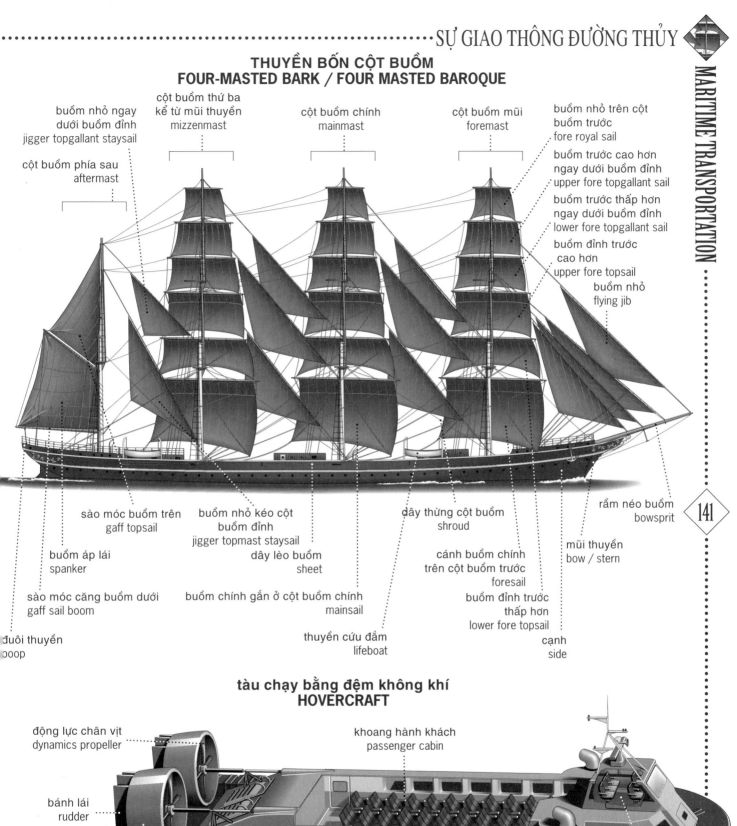

buồm nhỏ ngay
dưới buồm đỉnh
jigger topgallant staysail

cột buồm phía sau
aftermast

cột buồm thứ ba
kể từ mũi thuyền
mizzenmast

cột buồm chính
mainmast

cột buồm mũi
foremast

buồm nhỏ trên cột
buồm trước
fore royal sail

buồm trước cao hơn
ngay dưới buồm đỉnh
upper fore topgallant sail

buồm trước thấp hơn
ngay dưới buồm đỉnh
lower fore topgallant sail

buồm đỉnh trước
cao hơn
upper fore topsail

buồm nhỏ
flying jib

sào móc buồm trên
gaff topsail

buồm nhỏ kéo cột
buồm đỉnh
jigger topmast staysail

dây thừng cột buồm
shroud

rầm néo buồm
bowsprit

buồm áp lái
spanker

dây lèo buồm
sheet

cánh buồm chính
trên cột buồm trước
foresail

mũi thuyền
bow / stern

sào móc căng buồm dưới
gaff sail boom

buồm chính gắn ở cột buồm chính
mainsail

buồm đỉnh trước
thấp hơn
lower fore topsail

đuôi thuyền
poop

thuyền cứu đắm
lifeboat

cạnh
side

tàu chạy bằng đệm không khí
HOVERCRAFT

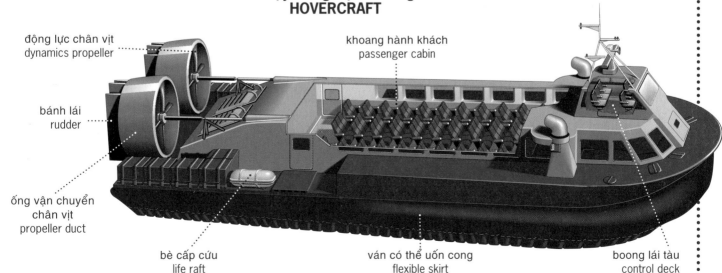

động lực chân vịt
dynamics propeller

khoang hành khách
passenger cabin

bánh lái
rudder

ống vận chuyển
chân vịt
propeller duct

bè cấp cứu
life raft

ván có thể uốn cong
flexible skirt

boong lái tàu
control deck

TÀU BIỂN LỚN
CRUISE LINER

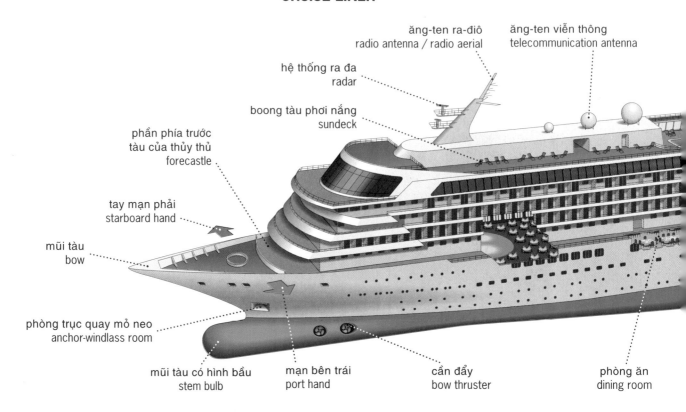

ăng-ten ra-điô
radio antenna / radio aerial

ăng-ten viễn thông
telecommunication antenna

hệ thống ra đa
radar

boong tàu phơi nắng
sundeck

phần phía trước
tàu của thủy thủ
forecastle

tay mạn phải
starboard hand

mũi tàu
bow

phòng trục quay mỏ neo
anchor-windlass room

mũi tàu có hình bầu
stem bulb

mạn bên trái
port hand

cần đẩy
bow thruster

phòng ăn
dining room

CẢNG
HARBOR

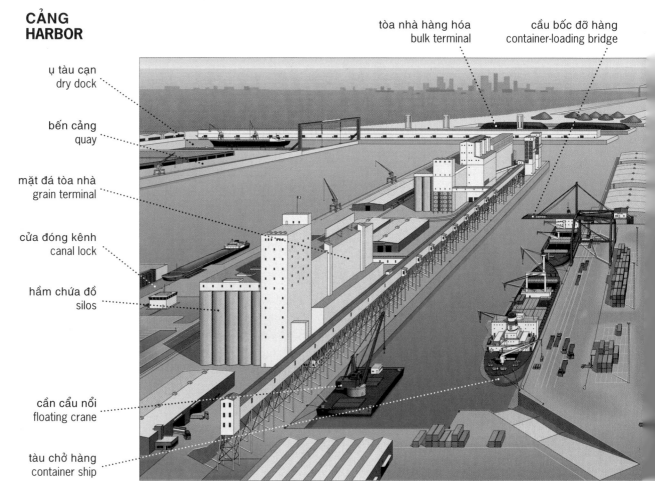

tòa nhà hàng hóa
bulk terminal

cầu bốc đỡ hàng
container-loading bridge

ụ tàu cạn
dry dock

bến cảng
quay

mặt đá tòa nhà
grain terminal

cửa đóng kênh
canal lock

hầm chứa đồ
silos

cần cẩu nổi
floating crane

tàu chở hàng
container ship

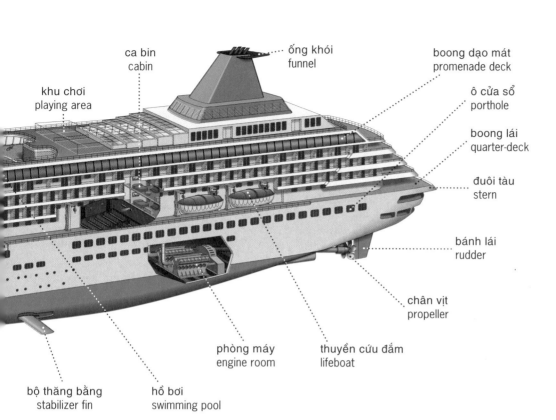

khu chơi
playing area

ca bin
cabin

ống khói
funnel

boong dạo mát
promenade deck

ô cửa sổ
porthole

boong lái
quarter-deck

đuôi tàu
stern

bánh lái
rudder

chân vịt
propeller

phòng máy
engine room

thuyền cứu đắm
lifeboat

bộ thăng bằng
stabilizer fin

hồ bơi
swimming pool

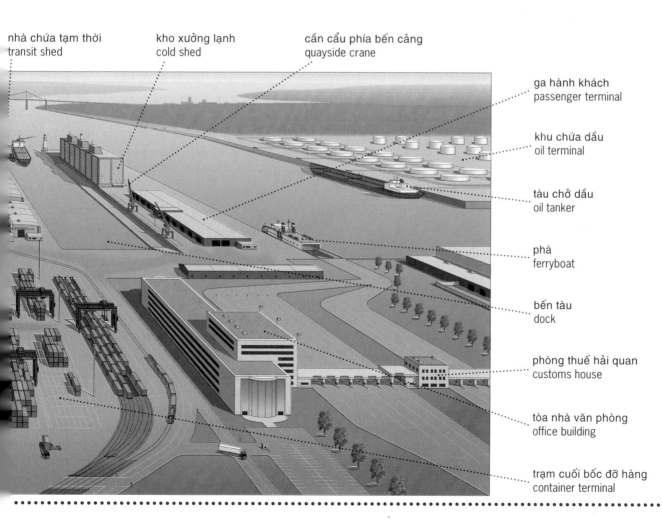

nhà chứa tạm thời
transit shed

kho xưởng lạnh
cold shed

cần cẩu phía bến cảng
quayside crane

ga hành khách
passenger terminal

khu chứa dầu
oil terminal

tàu chở dầu
oil tanker

phà
ferryboat

bến tàu
dock

phòng thuế hải quan
customs house

tòa nhà văn phòng
office building

trạm cuối bốc đỡ hàng
container terminal

**MÁY BAY
PLANE**

CÁC LOẠI HÌNH DÁNG CÁNH
TYPES OF WING SHAPES

**cánh thẳng
straight wing**

**cánh có thể thay
đổi góc cạnh
variable geometry wing**

**cánh cụp về phía sau
swept-back wing**

**cánh nhọn dần
tapered wing**

**cánh hình tam giác
delta wing**

**máy bay phản lực loại dài
long-range jet**

bộ thăng bằng
fin

đuôi lái
rudder

bộ phận lắp ráp đuôi
tail assembly

cánh máy bay nhỏ
aileron

đuôi
tail

cạnh sau
trailing edge

thân máy bay
fuselage

tấm điều chỉnh
độ ngẩng
spoiler

cánh phụ cạnh sau
trailing edge flap

bộ phận thăng bằng ngang
horizontal stabilizer / tailplane

bánh lái độ cao
elevator

cánh nhỏ
winglet

cánh
wing

bộ số hạ cánh chính
main landing gear

đèn hàng hải
navigation light

phiến cánh
wing slat

động cơ máy bay
phản lực tua-bin
turbojet engine

gờ trước cánh máy bay
leading edge

144

MÁY BAY TRỰC THĂNG
HELICOPTER

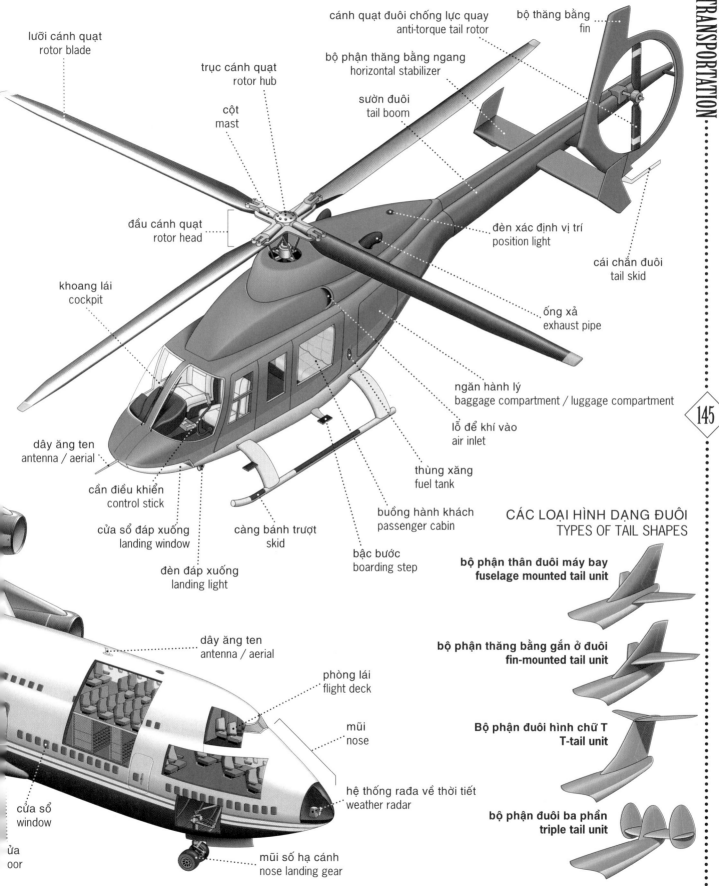

lưỡi cánh quạt
rotor blade

trục cánh quạt
rotor hub

cột
mast

đầu cánh quạt
rotor head

khoang lái
cockpit

dây ăng ten
antenna / aerial

cần điều khiển
control stick

cửa sổ đáp xuống
landing window

đèn đáp xuống
landing light

càng bánh trượt
skid

bậc bước
boarding step

buồng hành khách
passenger cabin

thùng xăng
fuel tank

lỗ để khí vào
air inlet

ngăn hành lý
baggage compartment / luggage compartment

ống xả
exhaust pipe

đèn xác định vị trí
position light

cái chắn đuôi
tail skid

cánh quạt đuôi chống lực quay
anti-torque tail rotor

bộ phận thăng bằng ngang
horizontal stabilizer

sườn đuôi
tail boom

bộ thăng bằng
fin

145

dây ăng ten
antenna / aerial

phòng lái
flight deck

mũi
nose

hệ thống rađa về thời tiết
weather radar

cửa sổ
window

ủa
oor

mũi số hạ cánh
nose landing gear

CÁC LOẠI HÌNH DẠNG ĐUÔI
TYPES OF TAIL SHAPES

**bộ phận thân đuôi máy bay
fuselage mounted tail unit**

**bộ phận thăng bằng gắn ở đuôi
fin-mounted tail unit**

**Bộ phận đuôi hình chữ T
T-tail unit**

**bộ phận đuôi ba phần
triple tail unit**

PHI CẢNG
AIRPORT

đài kiểm soát
control tower

buồng đài kiểm soát
control tower cab

đường ra vào
access road

đường ra tốc độ nhanh
high-speed exit runway

đường vòng
by-pass runway

thềm để máy bay
apron

thềm để máy bay
apron

đường bảo trì
service road

đường chạy
runway

ĐỒ TRANG BỊ SÂN BAY
AIRPORT GROUND EQUIPMENT

thanh kéo xe moóc
tow bar

xe kéo
tow tractor

máy chất tải hàng/tấm nâng hàng
container/pallet loader

thang chung
universal step

xe chuyên chở hành lý
baggage conveyor

127

vật chèn bánh xe
wheel chock

khu bảo trì máy bay
maintenance hangar

bãi đậu xe
parking area

ga hành khách
passenger terminal

lối lên
boarding walkway

khu bốc hành khách
radial passenger
loading area

hành lang có những
đoạn lồng vào nhau
telescopic corridor

chỗ bảo dưỡng
service area

vạch kẻ đường chạy
runway line

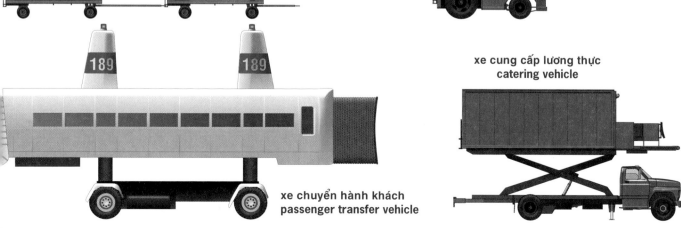

toa moóc hành lý
baggage trailer

xe kéo
tow tractor

xe cung cấp lương thực
catering vehicle

xe chuyển hành khách
passenger transfer vehicle

**TÀU CON THOI
SPACE SHUTTLE**

**tàu con thoi lúc cất cánh
space shuttle at takeoff**

thùng chứa bên ngoài
external tank

bộ phận đẩy dù
booster parachute

tên lửa đẩy rắn chắc
solid rocket booster

tàu con thoi
shuttle

miệng vòi
nozzle

**tàu con thoi trong quỹ đạo
space shuttle in orbit**

đuôi lái
rudder

dụng cụ khoa học
scientific instruments

chỗ mở cửa
hatch

cửa sổ quan sát
observation window

động cơ chuyển động
maneuvering engine

động cơ chính
main engines

bình nhiên liệu
fuel tanks

cánh phụ
body flap

bánh lái độ cao
elevon

phòng thí nghiệm không gian
spacelab

miếng lát cách ly
insulation tiles

cánh
wing

tấm lò sưởi
radiator panel

cửa khoang chứa hàng hóa
cargo bay door

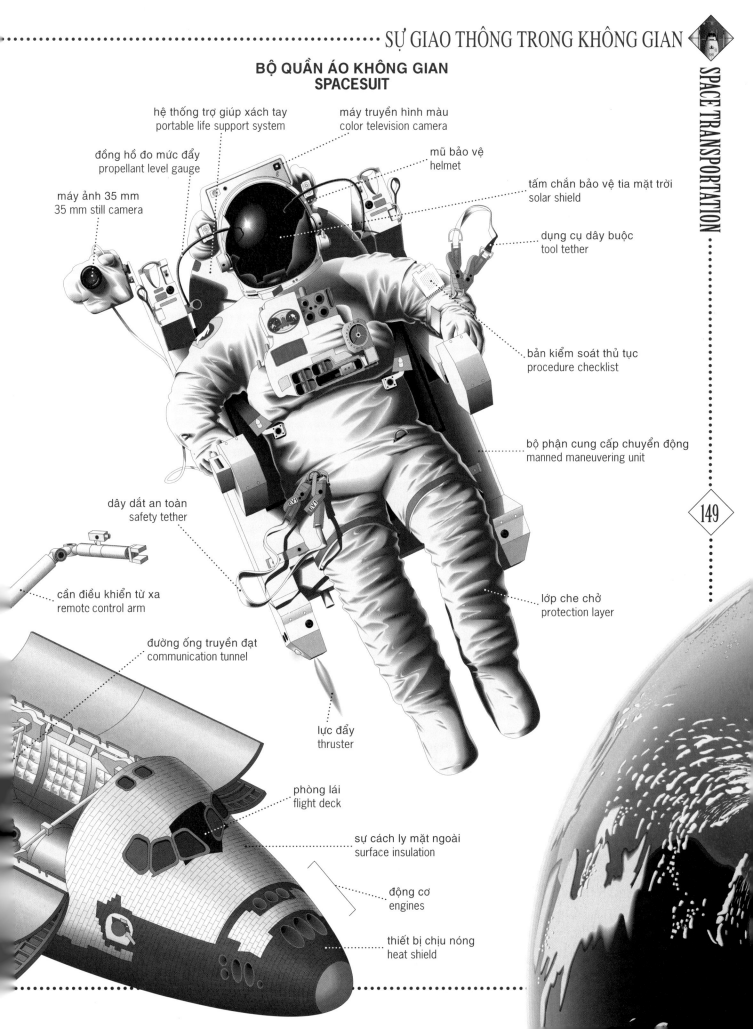

BỘ QUẦN ÁO KHÔNG GIAN
SPACESUIT

hệ thống trợ giúp xách tay
portable life support system

máy truyền hình màu
color television camera

đồng hồ đo mức đẩy
propellant level gauge

mũ bảo vệ
helmet

tấm chắn bảo vệ tia mặt trời
solar shield

máy ảnh 35 mm
35 mm still camera

dụng cụ dây buộc
tool tether

bản kiểm soát thủ tục
procedure checklist

bộ phận cung cấp chuyển động
manned maneuvering unit

dây dắt an toàn
safety tether

lớp che chở
protection layer

cần điều khiển từ xa
remote control arm

đường ống truyền đạt
communication tunnel

lực đẩy
thruster

phòng lái
flight deck

sự cách ly mặt ngoài
surface insulation

động cơ
engines

thiết bị chịu nóng
heat shield

149

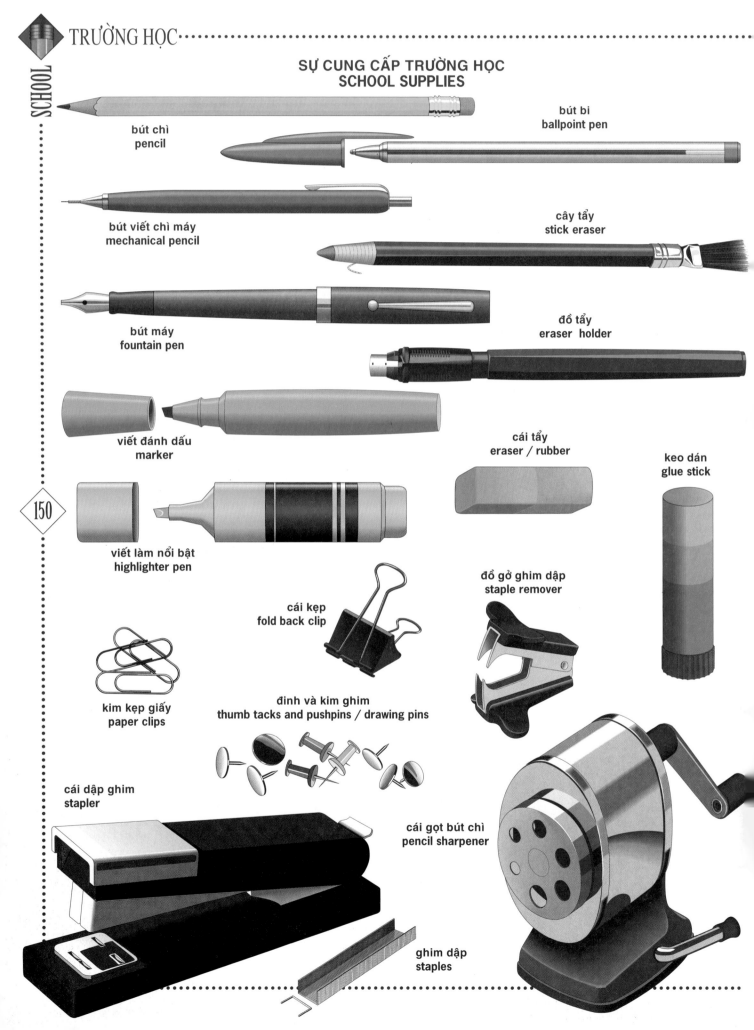

SỰ CUNG CẤP TRƯỜNG HỌC
SCHOOL SUPPLIES

bút chì
pencil

bút bi
ballpoint pen

bút viết chì máy
mechanical pencil

cây tẩy
stick eraser

bút máy
fountain pen

đồ tẩy
eraser holder

viết đánh dấu
marker

cái tẩy
eraser / rubber

keo dán
glue stick

150

viết làm nổi bật
highlighter pen

đồ gở ghim dập
staple remover

cái kẹp
fold back clip

kim kẹp giấy
paper clips

đinh và kim ghim
thumb tacks and pushpins / drawing pins

cái dập ghim
stapler

cái gọt bút chì
pencil sharpener

ghim dập
staples

cái thước
ruler

thước đo góc
protractor

kẹp giấy có vòng kim
loại xuyên qua các lỗ
ring binder

bộ thước vuông góc
set square

đồ dán băng
tape dispenser

quyển tập viết gắn
bằng đường xoắn ốc
spiral bound
notebook

giấy rời
loose-leaf paper

sổ tay
notepad

vở giấy rời
notebook

cặp dẹt
briefcase

túi ba lô
ackpack / satchel

DỤNG CỤ TRƯỜNG HỌC
SCHOOL EQUIPMENT

bảng đen
blackboard

máy chiếu hình
overhead projector

gương
mirror

đầu chiếu
projection head

thấu kính quang học
optical lens

mặt thuộc quang học
optical stage

Quả Đất
globe of Earth

băng kinh tuyến
meridian band

quả địa cầu
globe

chân
base

trục quay
axis of rotation

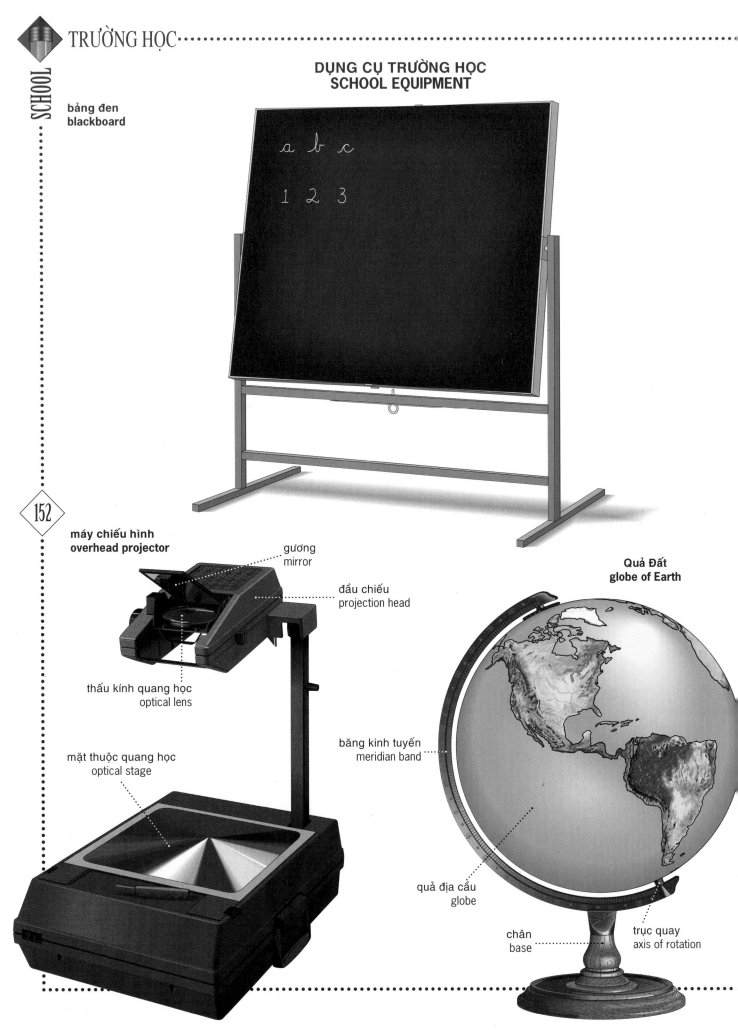

**máy chiếu phim kính
slide projector**

nút mở tắt
on/off switch

phim kính
slide

khóa vòng
lock ring

mâm đựng phim kính
slide tray

nút đổi phim kính
forward slide change

ngăn cất giữ
storage compartment

thấu kính máy
objective lens

nút chân điều chỉnh ngang bằng
leveling-adjustment foot

đổi mặt phiến kính
reverse slide change

**màn ảnh chiếu
projection screen**

đồ điều khiển từ xa
remote control

nút điều chỉnh bằng tay
manual focusing knob

nút tự điều chỉnh tiêu điểm mở/tắt
autofocus on/off switch

miếng chọn phim kính
slide-select bar

PHIM KÍNH
SLIDE

**phim đèn chiếu
transparency**

**khung phim kính
slide mount**

DỤNG CỤ TRƯỜNG HỌC
SCHOOL EQUIPMENT

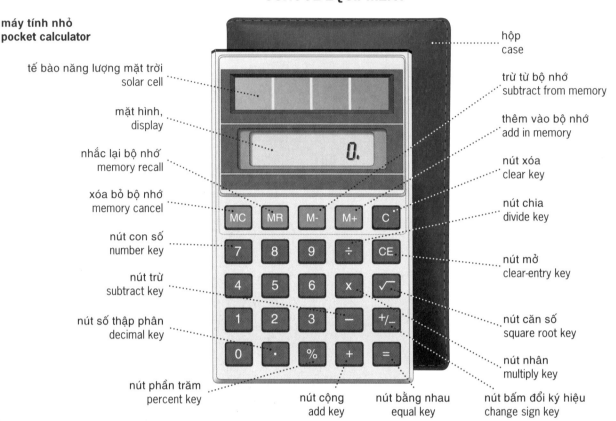

máy tính nhỏ
pocket calculator

tế bào năng lượng mặt trời
solar cell

mặt hình,
display

nhắc lại bộ nhớ
memory recall

xóa bỏ bộ nhớ
memory cancel

nút con số
number key

nút trừ
subtract key

nút số thập phân
decimal key

nút phần trăm
percent key

hộp
case

trừ từ bộ nhớ
subtract from memory

thêm vào bộ nhớ
add in memory

nút xóa
clear key

nút chia
divide key

nút mở
clear-entry key

nút căn số
square root key

nút nhân
multiply key

nút bấm đổi ký hiệu
change sign key

nút cộng
add key

nút bằng nhau
equal key

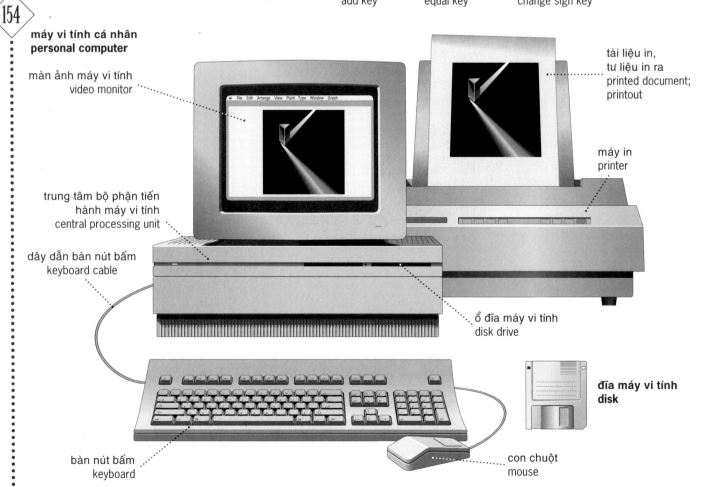

máy vi tính cá nhân
personal computer

màn ảnh máy vi tính
video monitor

trung tâm bộ phận tiến
hành máy vi tính
central processing unit

dây dẫn bàn nút bấm
keyboard cable

tài liệu in,
tư liệu in ra
printed document;
printout

máy in
printer

ổ đĩa máy vi tính
disk drive

đĩa máy vi tính
disk

bàn nút bấm
keyboard

con chuột
mouse

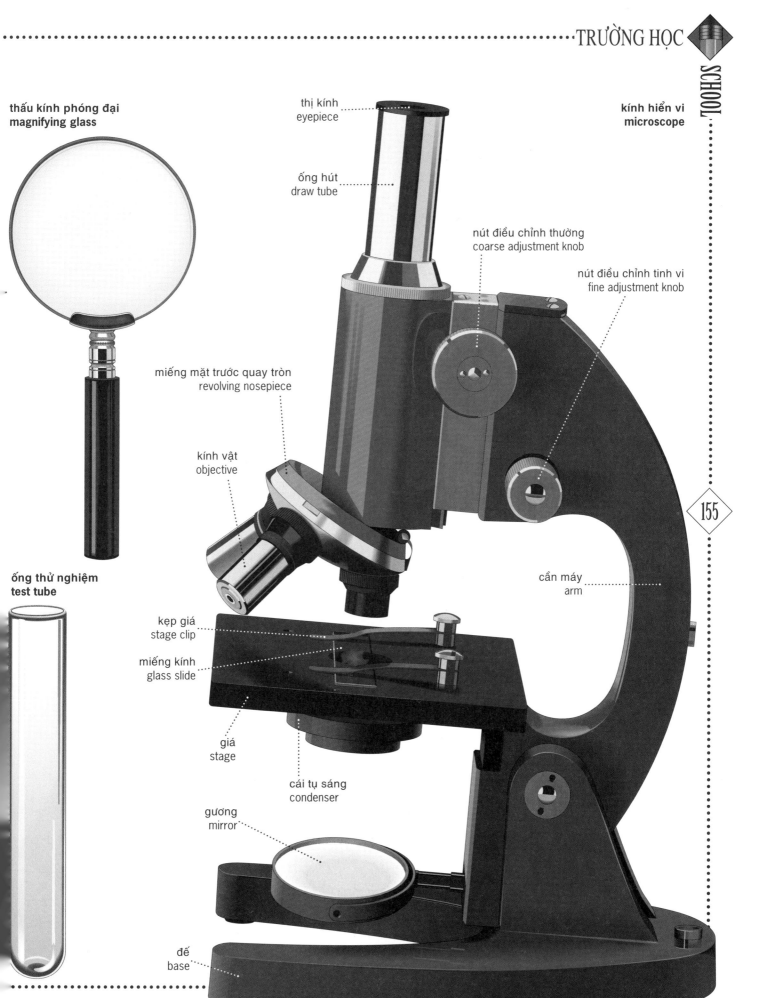

thấu kính phóng đại
magnifying glass

thị kính
eyepiece

ống hút
draw tube

kính hiển vi
microscope

nút điều chỉnh thường
coarse adjustment knob

nút điều chỉnh tinh vi
fine adjustment knob

miếng mặt trước quay tròn
revolving nosepiece

kính vật
objective

ống thử nghiệm
test tube

cần máy
arm

kẹp giá
stage clip

miếng kính
glass slide

giá
stage

cái tụ sáng
condenser

gương
mirror

đế
base

155

TRƯỜNG HỌC

SCHOOL

HÌNH HỌC
GEOMETRY

BỀ MẶT PHẲNG
PLANE SURFACES

**vòng tròn
circle**

**hình vuông
square**

**hình tam giác
triangle**

**hình thoi
rhombus**

**hình chữ nhật
rectangle**

**hình bốn cạnh
không song song
trapezoid**

**hình bình hành
parallelogram**

156

HÌNH BA CHIỀU
SOLIDS

**hình cầu
sphere**

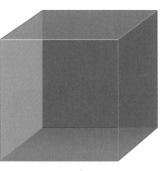

**hình khối
cube**

**hình nón
cone**

**hình chóp
pyramid**

**hình trụ
cylinder**

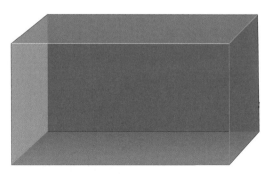

**hình khối sáu mặt
parallelepiped**

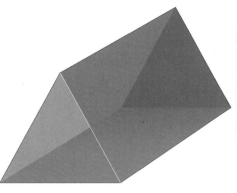

**hình lăng trụ
prism**

THUẬT VẼ
DRAWING

màu thứ sinh
secondary colors

VÒNG TRÒN MÀU SẮC
COLOR CIRCLE / COLOUR CIRCLE

màu chính
primary colors

màu kỳ thứ ba
tertiary colors

màu vàng
yellow

màu xanh lá cây vàng
yellow-green

màu cam-vàng
orange-yellow

màu xanh lá cây
green

màu cam
orange

xanh trời-xanh lá cây
blue-green

màu cam-đỏ
orange-red

màu xanh trời
blue

màu đỏ
red

màu xanh tím
violet-blue

màu đỏ tím
red- violet

màu tím
violet

cọ sơn
paintbrush

viết chì màu
colored pencils /
coloured pencils

cọ dẹt
flat brush

bút chì sáp
wax crayons

màu nước
watercolors /
watercolours

DỤNG CỤ NHẠC CỔ TRUYỀN
TRADITIONAL MUSICAL INSTRUMENTS

đàn ba-la-lai-ka
balalaika

đàn măng-đô-lin
mandolin

đàn thập lục
zither

đàn lia
lyre

bảng hướng âm
soundboard

khung hình tam giác
triangular body

dây búng không
open strings

dây giai điệu
melody strings

kèn túi
bagpipes

sáo bè
panpipes

kèn thổi; ống thổi
blowpipe; mouthpipe

158

tiếng kèn ò e
drone pipe

đàn ban jô
banjo

hình quả lê
pear-shaped body

khung tròn
circular body

khẩu cầm
harmonica

ống thổi
bellows

đàn tiểu phong cầm
accordion

phím đàn nốt kim
treble keyboard

quãng nốt kim
treble register

phím đàn nốt trầm
bass keyboard

thanh ghi nốt trầm
bass register

túi khí
windbag

ống sáo
chanter

NHẠC CỤ BÀN PHÍM
KEYBOARD INSTRUMENT

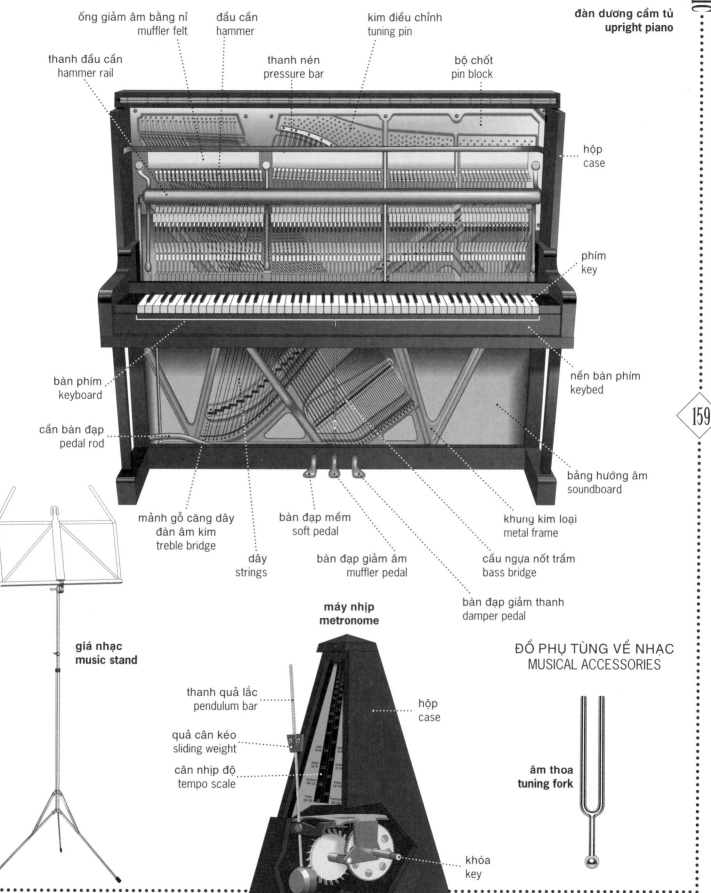

ống giảm âm bằng nỉ
muffler felt

đầu cần
hammer

kim điều chỉnh
tuning pin

**đàn dương cầm tủ
upright piano**

thanh đầu cần
hammer rail

thanh nén
pressure bar

bộ chốt
pin block

hộp
case

phím
key

bàn phím
keyboard

nền bàn phím
keybed

cần bàn đạp
pedal rod

bảng hưởng âm
soundboard

mảnh gỗ căng dây
đàn âm kim
treble bridge

bàn đạp mềm
soft pedal

khung kim loại
metal frame

dây
strings

bàn đạp giảm âm
muffler pedal

cầu ngựa nốt trầm
bass bridge

bàn đạp giảm thanh
damper pedal

**giá nhạc
music stand**

**máy nhịp
metronome**

ĐỒ PHỤ TÙNG VỀ NHẠC
MUSICAL ACCESSORIES

thanh quả lắc
pendulum bar

hộp
case

quả cân kéo
sliding weight

cân nhịp độ
tempo scale

**âm thoa
tuning fork**

khóa
key

HỆ THỐNG KÝ HIỆU NHẠC
MUSICAL NOTATION

khuông nhạc
staff

đường ngang
ledger line

quãng
space

dòng kẻ
line

khóa nhạc
clefs

khóa nhạc G; khóa kim
G clef; treble clef

khóa nhạc F; khóa trầm
F clef; bass clef

khóa nhạc C
C clef

thời gian nhạc hiệu
time signatures

đường gạch nhịp
bar line

hai-hai lần
two-two time

ba-bốn lần
three-four time

bốn-bốn lần
four-four time

dấu lặp lại
repeat mark

thang âm nhạc
scale

c   d   e   f   g   a   b   c

khoảng cách nốt nhạc
intervals

hợp xướng
unison

thứ nhì
second

thứ ba
third

thứ tư
fourth

thứ năm
fifth

thứ sáu
sixth

thứ bảy
seventh

quãng tám
octave

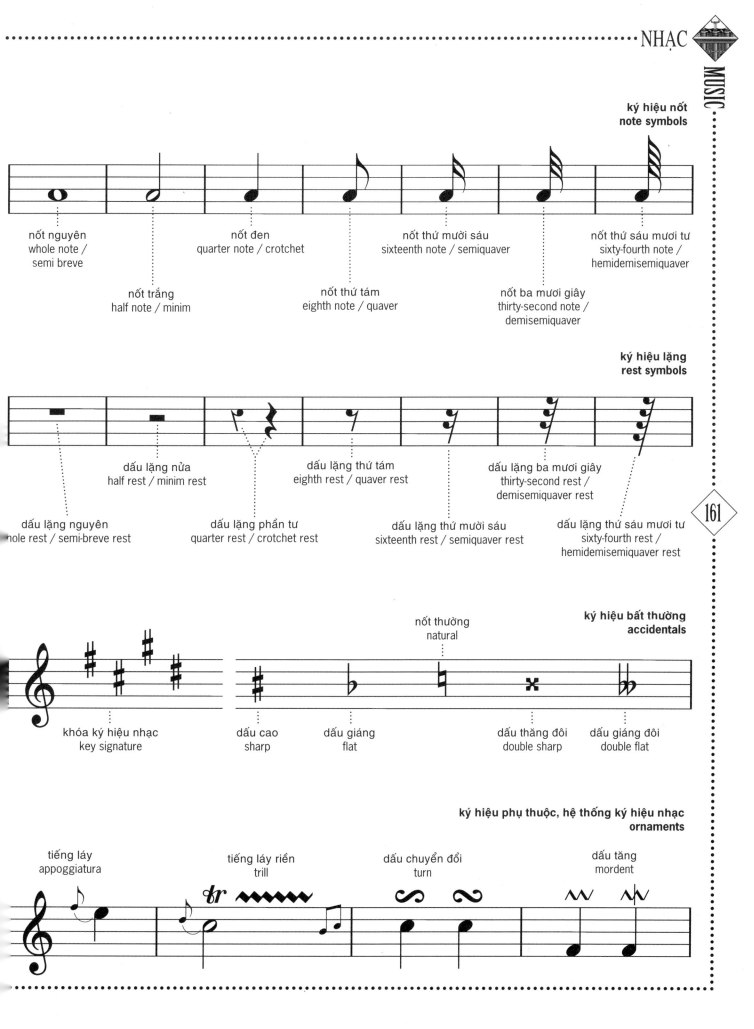

ký hiệu nốt
note symbols

nốt nguyên
whole note /
semi breve

nốt trắng
half note / minim

nốt đen
quarter note / crotchet

nốt thứ tám
eighth note / quaver

nốt thứ mười sáu
sixteenth note / semiquaver

nốt ba mươi giây
thirty-second note /
demisemiquaver

nốt thứ sáu mươi tư
sixty-fourth note /
hemidemisemiquaver

ký hiệu lặng
rest symbols

dấu lặng nguyên
whole rest / semi-breve rest

dấu lặng nửa
half rest / minim rest

dấu lặng phần tư
quarter rest / crotchet rest

dấu lặng thứ tám
eighth rest / quaver rest

dấu lặng thứ mười sáu
sixteenth rest / semiquaver rest

dấu lặng ba mươi giây
thirty-second rest /
demisemiquaver rest

dấu lặng thứ sáu mươi tư
sixty-fourth rest /
hemidemisemiquaver rest

161

nốt thường
natural

ký hiệu bất thường
accidentals

khóa ký hiệu nhạc
key signature

dấu cao
sharp

dấu giáng
flat

dấu thăng đôi
double sharp

dấu giáng đôi
double flat

ký hiệu phụ thuộc, hệ thống ký hiệu nhạc
ornaments

tiếng láy
appoggiatura

tiếng láy riền
trill

dấu chuyển đổi
turn

dấu tăng
mordent

NHẠC CỤ DÙNG DÂY
STRINGED INSTRUMENTS

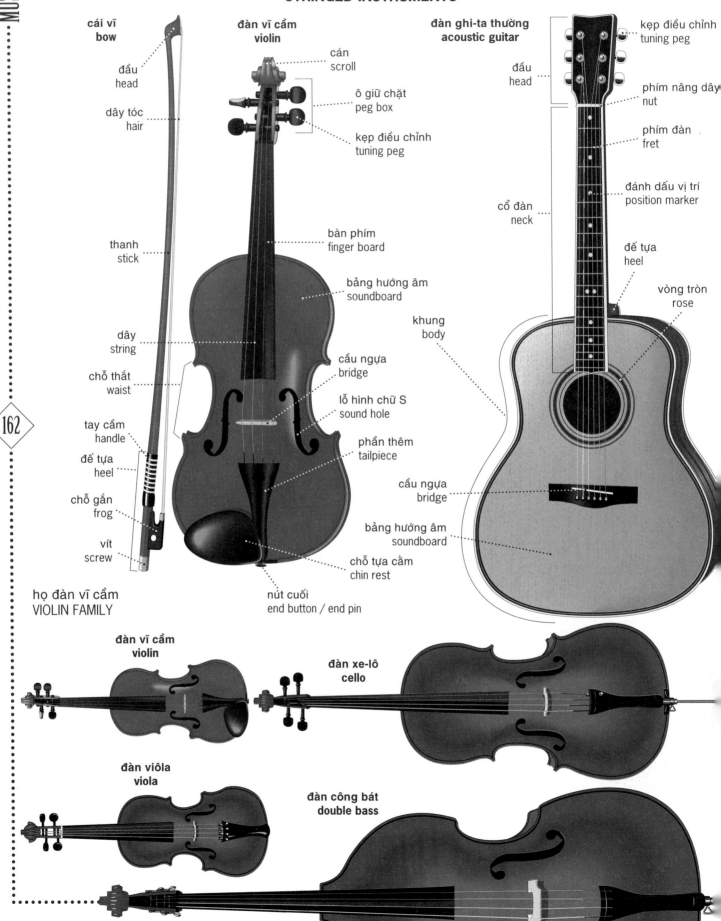

cái vĩ
bow

đàn vĩ cầm
violin

đàn ghi-ta thường
acoustic guitar

kẹp điều chỉnh
tuning peg

đầu
head

đầu
head

cán
scroll

ô giữ chặt
peg box

phím nâng dây
nut

kẹp điều chỉnh
tuning peg

dây tóc
hair

phím đàn
fret

đánh dấu vị trí
position marker

cổ đàn
neck

thanh
stick

bàn phím
finger board

bảng hưởng âm
soundboard

đế tựa
heel

khung
body

vòng tròn
rose

dây
string

cầu ngựa
bridge

chỗ thắt
waist

lỗ hình chữ S
sound hole

tay cầm
handle

phần thêm
tailpiece

đế tựa
heel

cầu ngựa
bridge

chỗ gắn
frog

bảng hưởng âm
soundboard

vít
screw

chỗ tựa cằm
chin rest

họ đàn vĩ cầm
VIOLIN FAMILY

nút cuối
end button / end pin

đàn vĩ cầm
violin

đàn xe-lô
cello

đàn viôla
viola

đàn công bát
double bass

162

đàn ghi-ta điện
electric guitar

bộ phận giữ âm kim
treble pickup

bộ cầu ngựa
bridge assembly

đầu đọc trung bình
midrange pickup

khung rắn chắc
solid body

bộ phận giữ nốt trầm
bass pickup

đánh dấu vị trí
position marker

phím đàn
fret

bàn phím
finger board

kẹp điều chỉnh
tuning peg

tấm bảo vệ
pickguard

cần rung
vibrato arm

bộ phận chọn âm
pickup selector

nút điều chỉnh âm thanh
tone controls

điều chỉnh âm lượng
volume control

đầu ra của vít
output jack

phím nâng dây
nut

đầu
head

cổ
neck

163

đàn ghi-ta âm trầm
bass guitar

khung
body

cầu ngựa
bridge

bộ phận giữ nốt
pickups

hệ thống chằng giữ
strap system

kẹp điều chỉnh
tuning peg

phím nâng dây
nut

phím đàn
fret

nút điều chỉnh âm trầm
bass tone control

nút điều chỉnh âm kim
treble tone control

nút cân bằng
balancer

điều chỉnh âm lượng
volume control

cổ
neck

ghi vị trí
position marker

bàn phím
finger board

đầu
head

NHẠC KHÍ THỔI
WIND INSTRUMENTS

kèn trom-pet
trumpet

nút nhấn; van đẩy
finger button; piston valve

vòng nhỏ móc ngón tay
little finger hook

vòng
ring

vòm kèn
bell

phần để thổi
mouthpiece

móc để ngón tay cái
thumb hook

khe van thứ nhất
first valve slide

khe van thứ nhì
second valve slide

van
valve

lớp bọc van
valve casing

khe van thứ ba
third valve slide

khe trượt điều chỉnh
tuning slide

khóa nước
water key

HỌ ĐỒNG THAU
BRASS FAMILY

cái chặn tiếng
mute

kèn trom-pet
trumpet

kèn coóc nê
cornet

kèn hơi
bugle

kèn trom-bon
trombone

kèn tu-ba
tuba

kèn sax
saxhorn

kèn Pháp
French horn

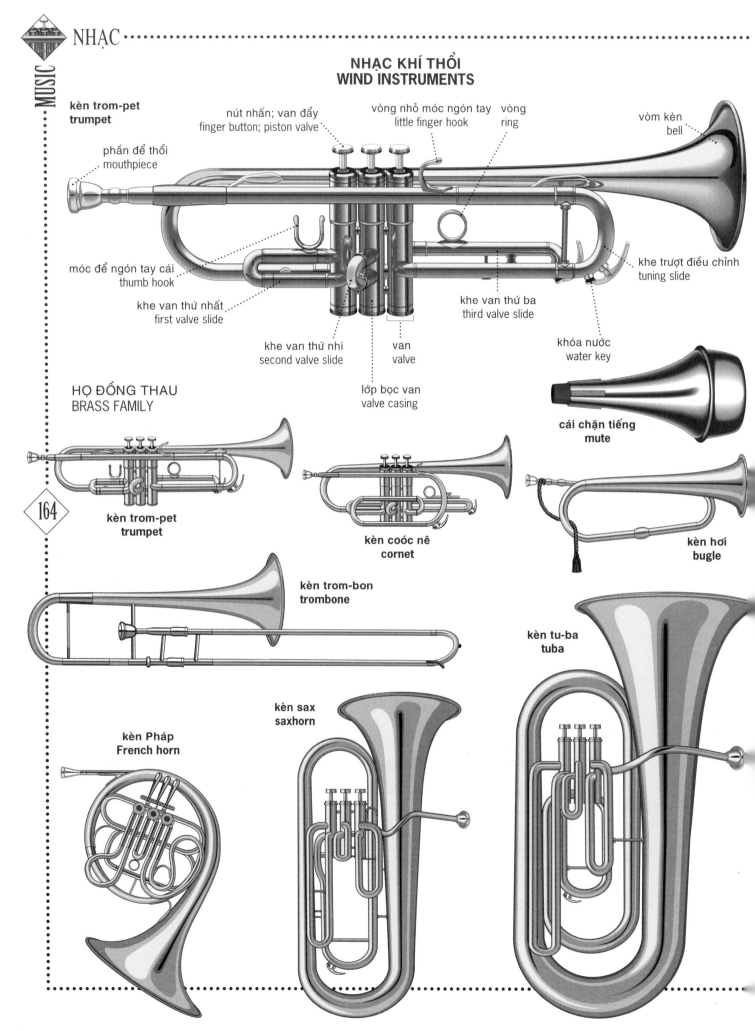

đoạn cong
crook

chỗ luyến âm
ligature

lưỡi gà
reed

phần để thổi
mouthpiece

hệ thống quãng tám
octave mechanism

HỌ NHẠC HƠI
WOODWIND FAMILY

kèn xắc xô
saxophone

sáo kim
piccolo

ống tiêu
recorder

ống sáo
flute

khung
body

LƯỠI GÀ
REEDS

lưỡi gà đôi
double reed

lưỡi gà đơn
single reed

kèn xắc xô
saxophone

vòm kèn
bell

kẹp nối vòm kèn
bell brace

165

chỗ tựa ngón tay cái
thumb rest

khóa
key

kèn ô-boa
oboe

kèn
clarinet

kèn Anh
English horn / cor anglais

kèn fa-gôt
bassoon

DỤNG CỤ ĐÁNH NHẠC
PERCUSSION INSTRUMENTS

cái trống
drums

cái chùm chọe
cymbal

cái chùm
chọe Char-les-ton
cái chủm chọe có
mảnh tròn cao
Charleston cymbal;
hi-hat cymbal

trống
tom-toms

mặt để đánh
batter head

dây mặt trống
snare drum

chân đứng ba chân
tripod stand

trống nốt trầm
bass drum

chân đứng
stand

cái vồ
mallet

bàn đạp
pedal

trống têno
tenor drum

bàn chải sắt
wire brush

que
sticks

cái vồ
mallets

cái phách hình
tam giác
triangle

dụng cụ nhạc
sistrum

bộ chuông
set of bells

chuông sử dụng
bằng tay
sleigh bells

cặp mãnh gỗ để
gõ vào nhau
castanets

trống nhỏ
bongos

mộc cầm
xylophone

quả xóc
maracas

trống lục lạc
tambourine

DÀN NHẠC GIAO HƯỞNG
SYMPHONY ORCHESTRA

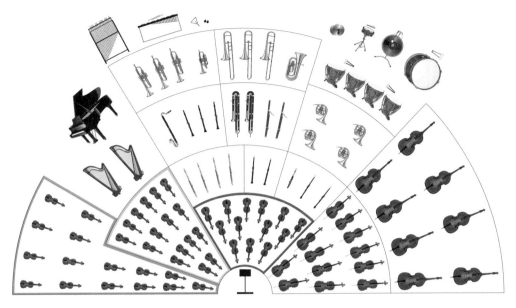

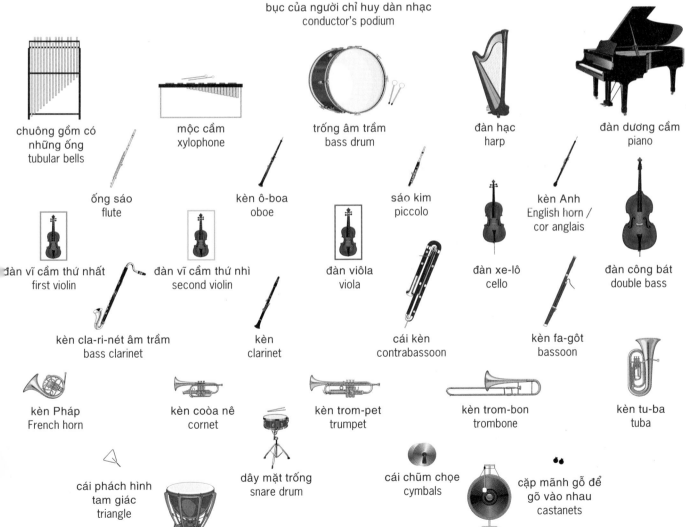

bục của người chỉ huy dàn nhạc
conductor's podium

chuông gồm có
những ống
tubular bells

mộc cầm
xylophone

trống âm trầm
bass drum

đàn hạc
harp

đàn dương cầm
piano

ống sáo
flute

kèn ô-boa
oboe

sáo kim
piccolo

kèn Anh
English horn /
cor anglais

đàn vĩ cầm thứ nhất
first violin

đàn vĩ cầm thứ nhì
second violin

đàn viôla
viola

đàn xe-lô
cello

đàn công bát
double bass

kèn cla-ri-nét âm trầm
bass clarinet

kèn
clarinet

cái kèn
contrabassoon

kèn fa-gôt
bassoon

kèn Pháp
French horn

kèn coòa nê
cornet

kèn trom-pet
trumpet

kèn trom-bon
trombone

kèn tu-ba
tuba

cái phách hình
tam giác
triangle

dây mặt trống
snare drum

cái chũm chọe
cymbals

cặp mãnh gỗ để
gõ vào nhau
castanets

trống định âm
kettledrum

cái chiêng
gong

BÓNG CHÀY
BASEBALL

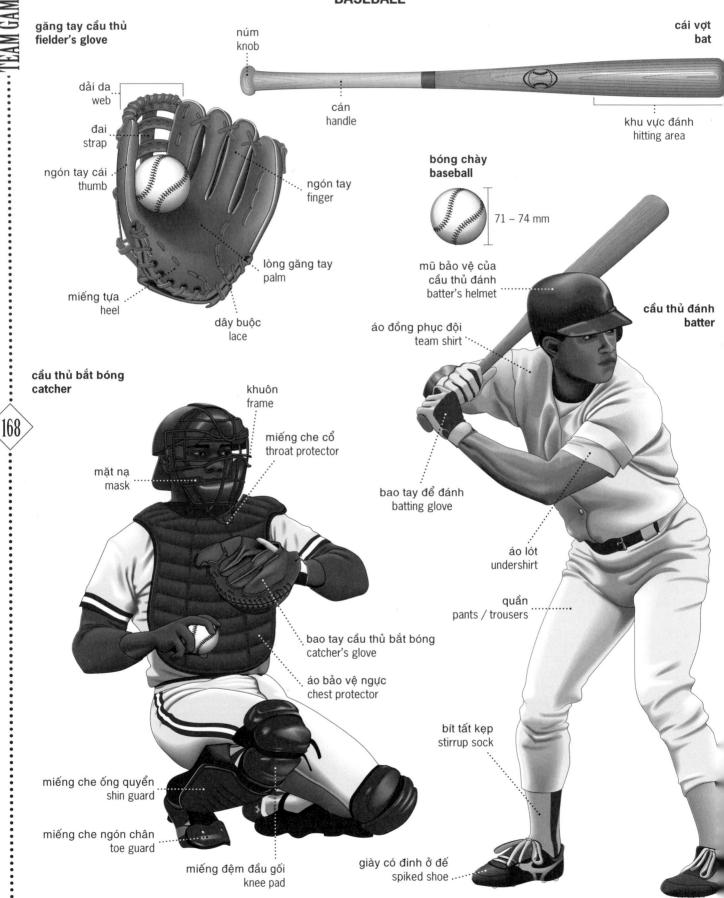

găng tay cầu thủ
fielder's glove

núm
knob

cái vợt
bat

dải da
web

cán
handle

khu vực đánh
hitting area

đai
strap

bóng chày
baseball

ngón tay cái
thumb

71 – 74 mm

ngón tay
finger

mũ bảo vệ của
cầu thủ đánh
batter's helmet

cầu thủ đánh
batter

lòng găng tay
palm

áo đồng phục đội
team shirt

miếng tựa
heel

dây buộc
lace

cầu thủ bắt bóng
catcher

khuôn
frame

miếng che cổ
throat protector

bao tay để đánh
batting glove

mặt nạ
mask

áo lót
undershirt

quần
pants / trousers

bao tay cầu thủ bắt bóng
catcher's glove

áo bảo vệ ngực
chest protector

bít tất kẹp
stirrup sock

miếng che ống quyển
shin guard

miếng che ngón chân
toe guard

miếng đệm đầu gối
knee pad

giày có đinh ở đế
spiked shoe

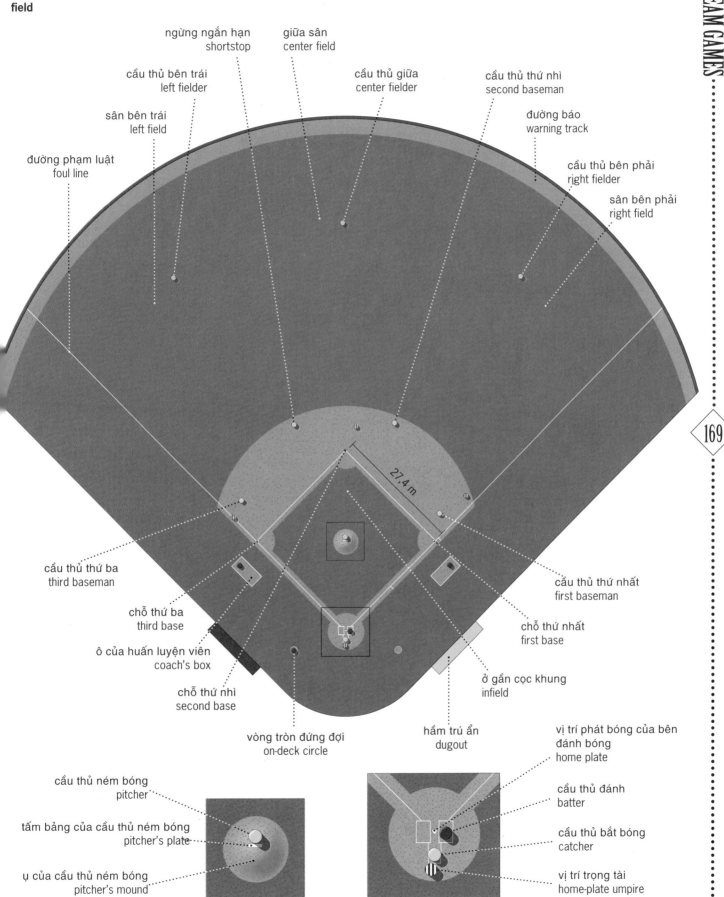

sân chơi
field

ngừng ngắn hạn
shortstop

giữa sân
center field

cầu thủ bên trái
left fielder

cầu thủ giữa
center fielder

cầu thủ thứ nhì
second baseman

sân bên trái
left field

đường báo
warning track

đường phạm luật
foul line

cầu thủ bên phải
right fielder

sân bên phải
right field

27,4 m

cầu thủ thứ ba
third baseman

cầu thủ thứ nhất
first baseman

chỗ thứ ba
third base

chỗ thứ nhất
first base

ô của huấn luyện viên
coach's box

ở gần cọc khung
infield

chỗ thứ nhì
second base

vòng tròn đứng đợi
on-deck circle

hầm trú ẩn
dugout

vị trí phát bóng của bên
đánh bóng
home plate

cầu thủ ném bóng
pitcher

cầu thủ đánh
batter

tấm bảng của cầu thủ ném bóng
pitcher's plate

cầu thủ bắt bóng
catcher

ụ của cầu thủ ném bóng
pitcher's mound

vị trí trọng tài
home-plate umpire

MÔN BÓNG ĐÁ MỸ QUỐC
AMERICAN FOOTBALL

cầu thủ bóng đá Mỹ quốc
American football player

quai mũ
chin strap

mũ bảo vệ
helmet

số của cầu thủ
player's number

áo đồng phục đội
team shirt

băng cổ tay
wristband

quần
pants / trousers

bóng đá
football

279 – 286 mm

đồ trang bị che chở
protective equipment

mũ bảo vệ
helmet

phần trước mặt nạ
face mask

miếng đệm vai
shoulder pad

áo bảo vệ ngực
chest protector

bộ phận bảo vệ cánh tay
arm guard

miếng đệm quanh sườn
rib pad

miếng đệm khuỷu tay
elbow pad

miếng đệm hông
hip pad

miếng đệm ngang lưng
lumbar pad

vòng che
protective cup

miếng đệm bắp đùi
thigh pad

miếng đệm đầu gối
knee pad

bít tất
sock

giày bám khỏi bị trượt
cleated shoe

170

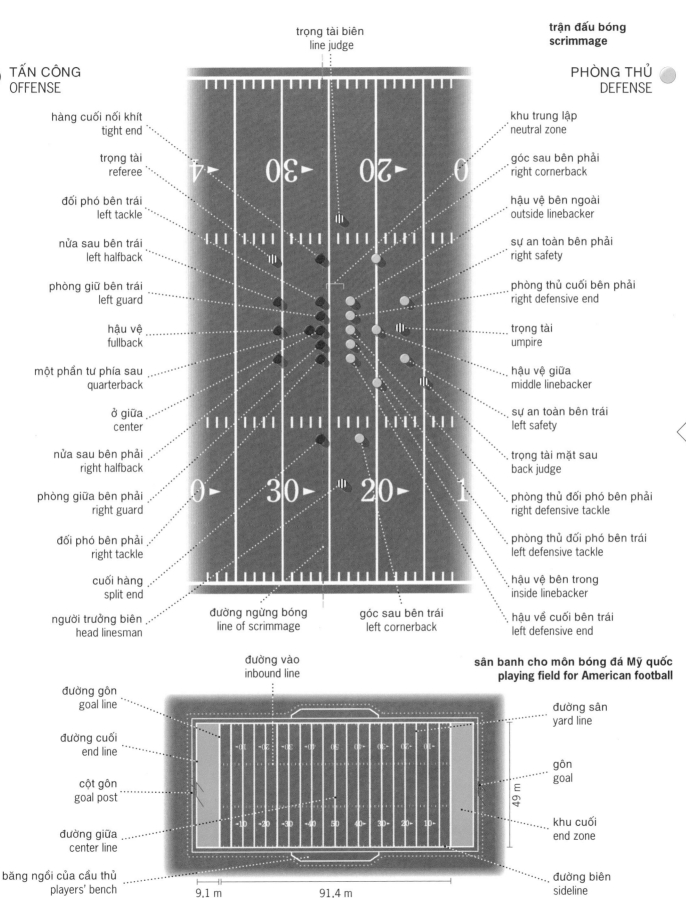

trọng tài biên
line judge

trận đấu bóng
scrimmage

TẤN CÔNG
OFFENSE

PHÒNG THỦ
DEFENSE

hàng cuối nối khít
tight end

trọng tài
referee

đối phó bên trái
left tackle

nửa sau bên trái
left halfback

phòng giữ bên trái
left guard

hậu vệ
fullback

một phần tư phía sau
quarterback

ở giữa
center

nửa sau bên phải
right halfback

phòng giữa bên phải
right guard

đối phó bên phải
right tackle

cuối hàng
split end

người trưởng biên
head linesman

khu trung lập
neutral zone

góc sau bên phải
right cornerback

hậu vệ bên ngoài
outside linebacker

sự an toàn bên phải
right safety

phòng thủ cuối bên phải
right defensive end

trọng tài
umpire

hậu vệ giữa
middle linebacker

sự an toàn bên trái
left safety

trọng tài mặt sau
back judge

phòng thủ đối phó bên phải
right defensive tackle

phòng thủ đối phó bên trái
left defensive tackle

hậu vệ bên trong
inside linebacker

hậu vệ cuối bên trái
left defensive end

đường ngừng bóng
line of scrimmage

góc sau bên trái
left cornerback

đường vào
inbound line

sân banh cho môn bóng đá Mỹ quốc
playing field for American football

đường gôn
goal line

đường cuối
end line

cột gôn
goal post

đường giữa
center line

băng ngồi của cầu thủ
players' bench

đường sân
yard line

gôn
goal

khu cuối
end zone

đường biên
sideline

49 m

9,1 m   91,4 m

BÓNG TRÒN
SOCCER

cầu thủ bóng tròn
soccer player

áo đồng phục đội
team shirt

quả bóng môn bóng tròn
soccer ball

218 mm

quần ngắn
shorts

miếng che ống quyển
shin guard

giày chơi môn bóng tròn
soccer shoe / football boot

núm đế giày có thể thay
interchangeable studs

sân chơi bóng
playing field

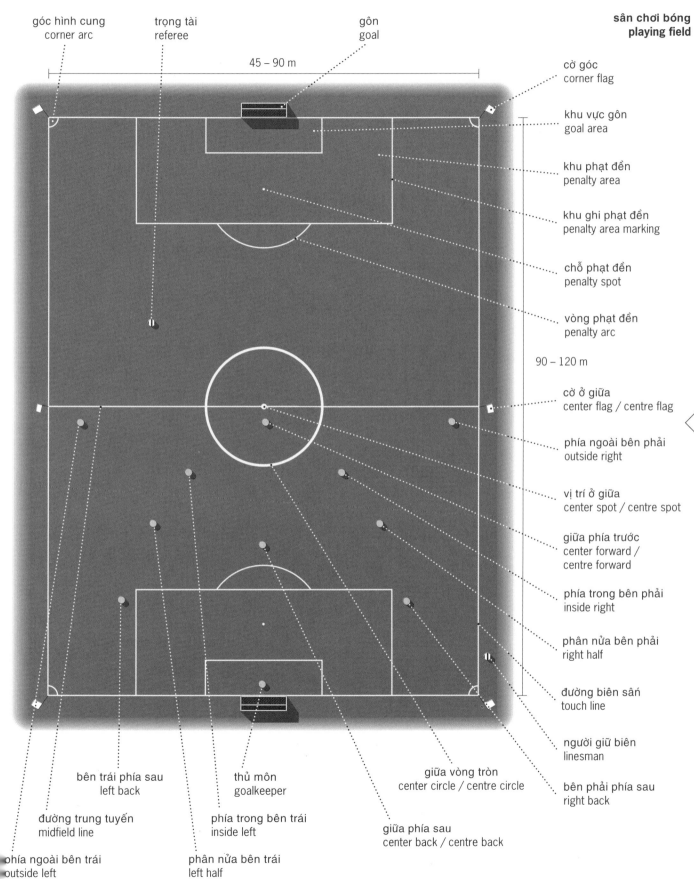

góc hình cung
corner arc

trọng tài
referee

gôn
goal

45 – 90 m

cờ góc
corner flag

khu vực gôn
goal area

khu phạt đền
penalty area

khu ghi phạt đền
penalty area marking

chỗ phạt đền
penalty spot

vòng phạt đền
penalty arc

90 – 120 m

cờ ở giữa
center flag / centre flag

phía ngoài bên phải
outside right

vị trí ở giữa
center spot / centre spot

giữa phía trước
center forward /
centre forward

phía trong bên phải
inside right

phân nửa bên phải
right half

đường biên sân
touch line

người giữ biên
linesman

bên phải phía sau
right back

bên trái phía sau
left back

thủ môn
goalkeeper

giữa vòng tròn
center circle / centre circle

đường trung tuyến
midfield line

phía trong bên trái
inside left

giữa phía sau
center back / centre back

phía ngoài bên trái
outside left

phân nửa bên trái
left half

MÔN BÓNG CRIC-KET
CRICKET

cầu thủ cric-ket
cricket player

cái vợt
bat

bao tay
glove

cầu thủ giữ cọc gôn
wicket-keeper

cầu thủ đánh banh
batsman

cầu thủ
fielders

sân
pitch

sân chơi
field

trọng tài
umpire

người phát bóng
bowler

trọng tài
umpire

cầu thủ đánh banh
batsman

cái vợt
bat

cán
handle

gỗ liễu
willow

bộ cọc gôn
wicket

thanh ngang nằm
trên ba cọc gôn
bail

cọc gôn
stump

miếng đệm
pad

giày cric-ket
cricket shoe

núm đế giày
studs

bóng cric-ket
cricket ball

70 – 73 mm

rãnh cán
groove

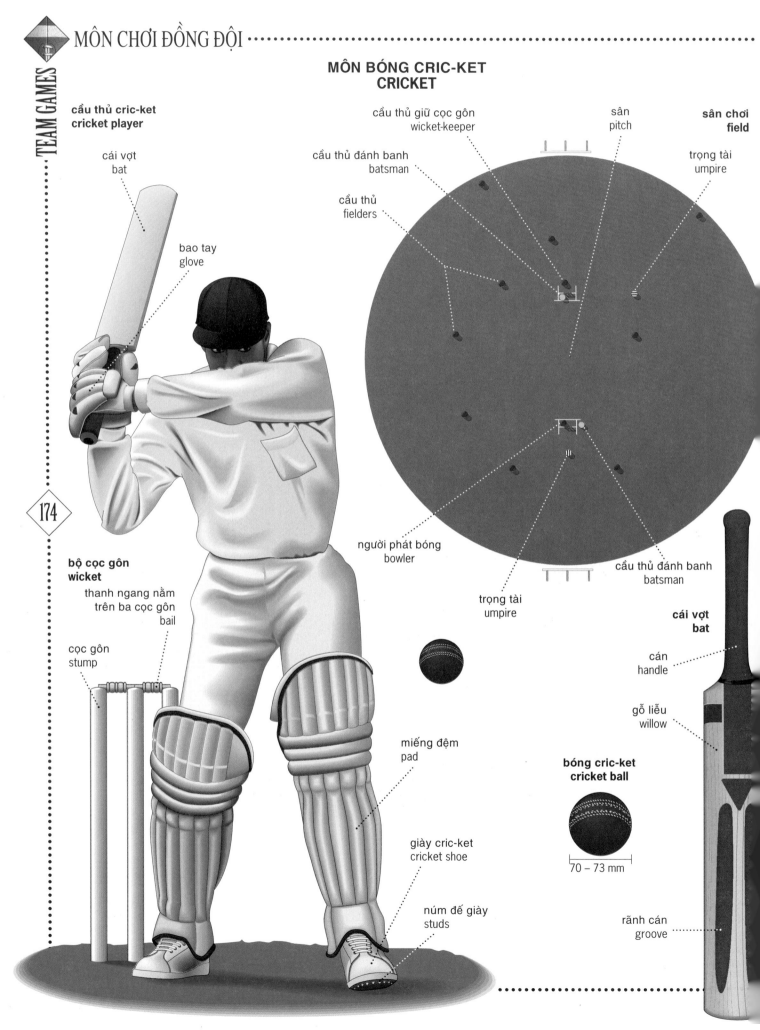

MÔN KHÚC CÔN CẦU TRÊN SÂN
FIELD HOCKEY

sân chơi khúc côn cầu
playing field

54,9 m

cờ góc
corner flag

vòng tấn công
striking circle

đường 22,9 mét
22,9 metre line

đường cạnh
sideline

đường giữa
center line / centre line

giữa phía trước
center forward /
centre forward

phía trong bên trái
left inner

phía trong bên phải
right inner

cánh trái
left wing

91,4 m

nửa bên trái
left half

cánh phải
right wing

phía sau bên trái
left back

nửa bên phải
right half

thủ môn
goalkeeper

giữa phân nửa
center half / centre half

gôn
goal

phía sau bên phải
right back

đường gôn
goal line

quả bóng môn khúc côn cầu
hockey ball

cây chơi khúc côn cầu
hockey stick

66 – 74 mm

MÔN KHÚC CÔN CẦU TRÊN BĂNG
ICE HOCKEY

sân trượt băng
rink

26 – 30 m

bóng khúc côn cầu trên băng
puck

25 mm

76 mm

đường gôn
goal line

vạch kẻ vị trí gôn
goal crease

vòng tròn đối diện
face-off circle

đường màu xanh
blue line

khu trung lập
neutral zone

băng phạt đền
penalty bench

băng của viên chức
officials' bench

cánh trái
left wing

ở giữa
center / centre

phòng thủ bên trái
left defense

khu phòng thủ
defending zone

ván
boards

trọng tài gôn
goal judge

gôn
goal

điểm đối diện
face-off spot

khu tấn công
attacking zone

trọng tài
referee

đường giữa
center line / centre line

61 m

băng của cầu thủ
players' bench

cánh phải
right wing

người giữ biên
linesman

giữa vòng tròn đối diện
center face-off circle /
centre face-off circle

phòng thủ bên phải
right defense

thủ môn
goalkeeper

góc sân trượt băng
rink corner

**cầu thủ môn khúc côn
cầu trên băng
ice hockey player**

**cây đánh của cầu thủ
player's stick**

cuối cán
butt end

mũ bảo vệ
helmet

miếng đệm khuỷu tay
elbow pad

miếng đệm vai
shoulder pad

vòng chắn đầu tay
cuff

thắt lưng chẻ
protective girdle

bao tay
glove

vòng che
protective cup

miếng đệm đầu gối
knee pad

tấm đệm che ống quyển
shin pad

giầy trượt tuyết
skate

cán
shaft

**thủ môn
goalkeeper**

phần trước mặt nạ
face mask

miếng che cổ
throat protector

miếng đệm cánh tay
arm pad

miếng đệm che thân thể
body pad

miếng đệm hỗ trợ
back pad

quần
pants

bản gạt
blade

găng tay bắt bóng
catch glove

miếng đệm của thủ môn
goalkeeper's pad

đế
eel

giầy trượt tuyết
skate

gậy của thủ môn
goalkeeper's stick

bản gạt
blade

BÓNG RỔ
BASKETBALL

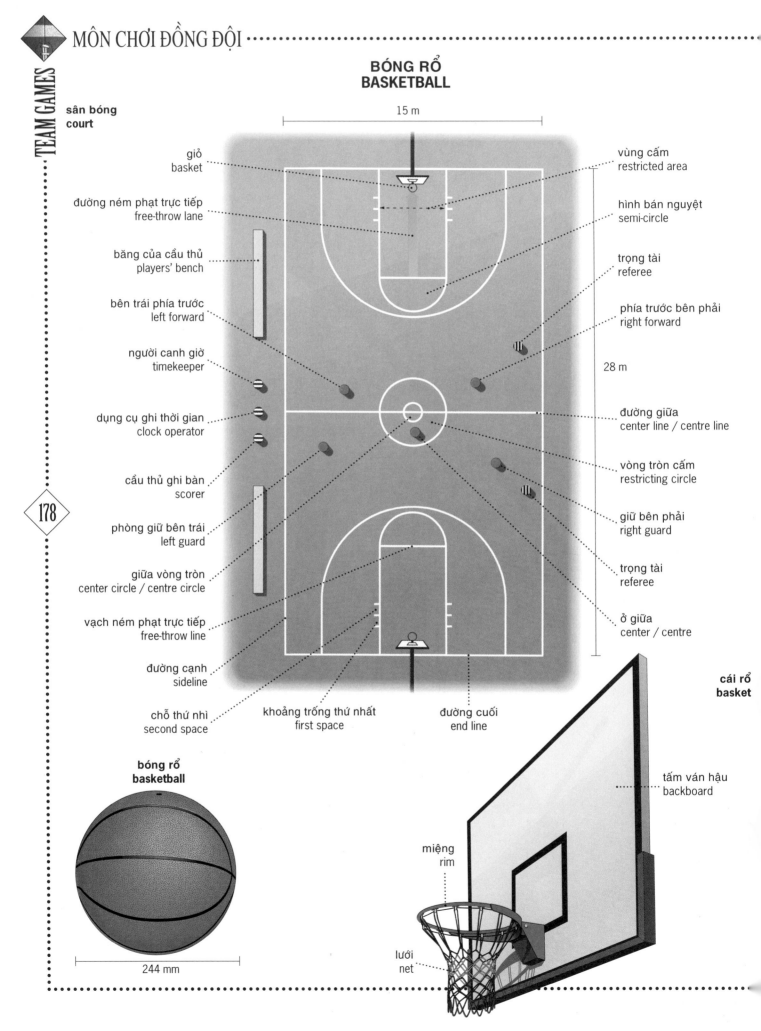

sân bóng
court

15 m

giỏ
basket

đường ném phạt trực tiếp
free-throw lane

băng của cầu thủ
players' bench

bên trái phía trước
left forward

người canh giờ
timekeeper

dụng cụ ghi thời gian
clock operator

cầu thủ ghi bàn
scorer

phòng giữ bên trái
left guard

giữa vòng tròn
center circle / centre circle

vạch ném phạt trực tiếp
free-throw line

đường cạnh
sideline

chỗ thứ nhì
second space

khoảng trống thứ nhất
first space

đường cuối
end line

vùng cấm
restricted area

hình bán nguyệt
semi-circle

trọng tài
referee

phía trước bên phải
right forward

28 m

đường giữa
center line / centre line

vòng tròn cấm
restricting circle

giữ bên phải
right guard

trọng tài
referee

ở giữa
center / centre

cái rổ
basket

tấm ván hậu
backboard

miệng
rim

lưới
net

bóng rổ
basketball

244 mm

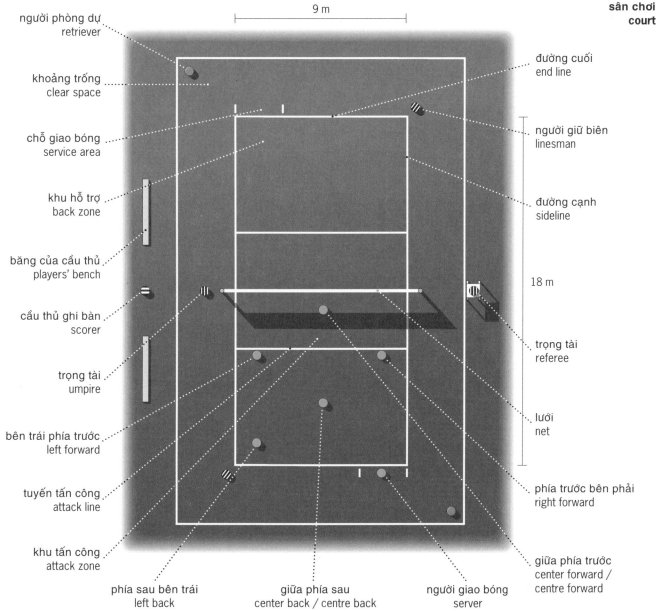

BÓNG CHUYỀN
VOLLEYBALL

sân chơi
court

9 m

18 m

lưới
net

người phòng dự
retriever

khoảng trống
clear space

chỗ giao bóng
service area

khu hỗ trợ
back zone

băng của cầu thủ
players' bench

cầu thủ ghi bàn
scorer

trọng tài
umpire

bên trái phía trước
left forward

tuyến tấn công
attack line

khu tấn công
attack zone

đường cuối
end line

người giữ biên
linesman

đường cạnh
sideline

trọng tài
referee

lưới
net

phía trước bên phải
right forward

giữa phía trước
center forward /
centre forward

phía sau bên trái
left back

giữa phía sau
center back / centre back

người giao bóng
server

bóng chuyền
volleyball

206 – 213 mm

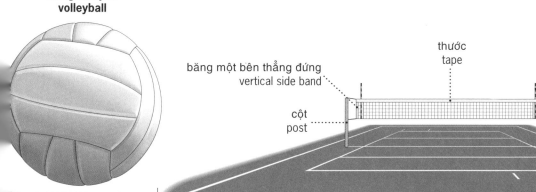

băng một bên thẳng đứng
vertical side band

cột
post

thước
tape

ăng-ten
antenna

lưới
net

QUẦN VỢT
TENNIS

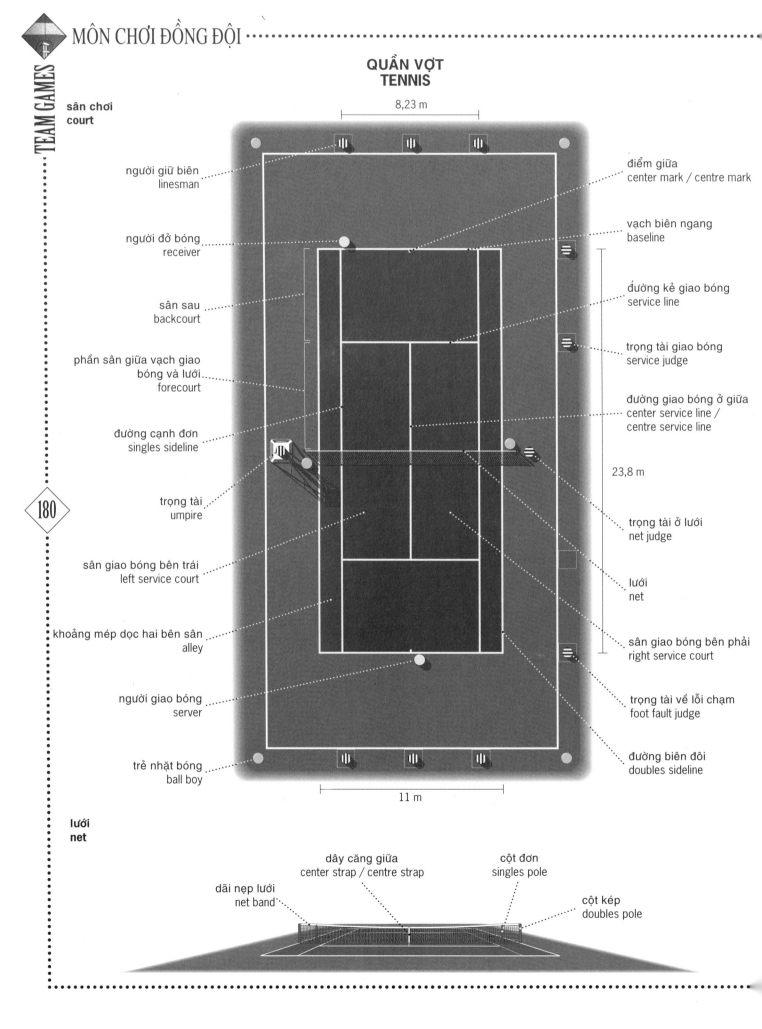

sân chơi
court

8,23 m

người giữ biên
linesman

người đỡ bóng
receiver

sân sau
backcourt

phần sân giữa vạch giao
bóng và lưới
forecourt

đường cạnh đơn
singles sideline

trọng tài
umpire

sân giao bóng bên trái
left service court

khoảng mép dọc hai bên sân
alley

người giao bóng
server

trẻ nhặt bóng
ball boy

điểm giữa
center mark / centre mark

vạch biên ngang
baseline

đường kẻ giao bóng
service line

trọng tài giao bóng
service judge

đường giao bóng ở giữa
center service line /
centre service line

23,8 m

trọng tài ở lưới
net judge

lưới
net

sân giao bóng bên phải
right service court

trọng tài về lỗi chạm
foot fault judge

đường biên đôi
doubles sideline

11 m

lưới
net

dây căng giữa
center strap / centre strap

cột đơn
singles pole

dãi nẹp lưới
net band

cột kép
doubles pole

banh quần vợt
tennis ball

64 – 68 mm

cầu thủ quần vợt
tennis player

dải vải quấn quanh đầu
headband

áo cổ lọ
polo shirt

băng cổ tay
wristband

váy
skirt

giày quần vợt
tennis shoe

bít tất
sock

vợt quần vợt
tennis racket

đầu vợt
butt

cán
handle

cán
shaft

tim vợt
throat

gờ
shoulder

đầu
head

khuôn
frame

dây
strings

BƠI LỘI
SWIMMING

cuộc đua
competitive course

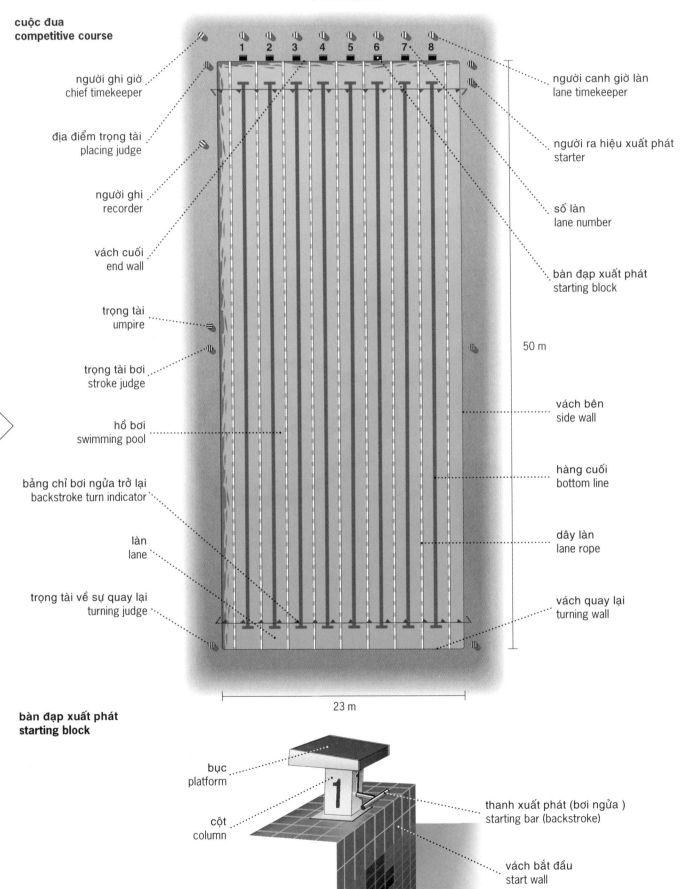

người ghi giờ
chief timekeeper

địa điểm trọng tài
placing judge

người ghi
recorder

vách cuối
end wall

trọng tài
umpire

trọng tài bơi
stroke judge

hồ bơi
swimming pool

bảng chỉ bơi ngửa trở lại
backstroke turn indicator

làn
lane

trọng tài về sự quay lại
turning judge

người canh giờ làn
lane timekeeper

người ra hiệu xuất phát
starter

số làn
lane number

bàn đạp xuất phát
starting block

50 m

vách bên
side wall

hàng cuối
bottom line

dây làn
lane rope

vách quay lại
turning wall

23 m

bàn đạp xuất phát
starting block

bục
platform

cột
column

thanh xuất phát (bơi ngửa)
starting bar (backstroke)

vách bắt đầu
start wall

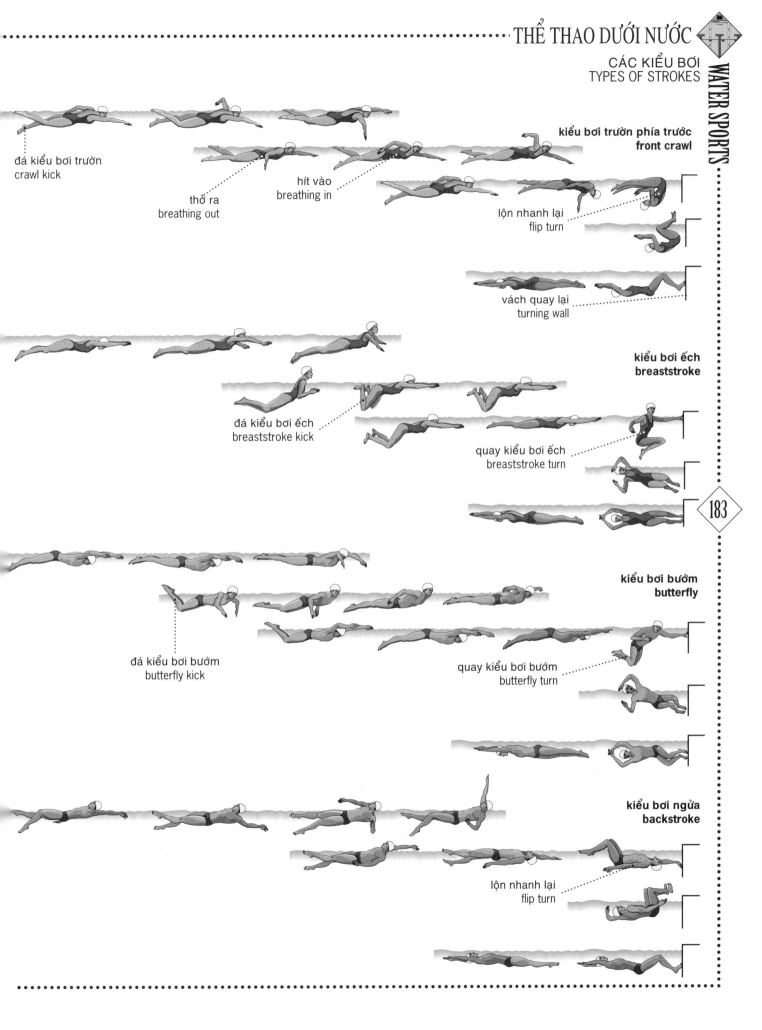

đá kiểu bơi trườn
crawl kick

thở ra
breathing out

hít vào
breathing in

**kiểu bơi trườn phía trước
front crawl**

lộn nhanh lại
flip turn

vách quay lại
turning wall

**kiểu bơi ếch
breaststroke**

đá kiểu bơi ếch
breaststroke kick

quay kiểu bơi ếch
breaststroke turn

183

đá kiểu bơi bướm
butterfly kick

**kiểu bơi bướm
butterfly**

quay kiểu bơi bướm
butterfly turn

**kiểu bơi ngửa
backstroke**

lộn nhanh lại
flip turn

THUYỀN BUỒM
SAILBOARD

buồm
sail

đỉnh cột
masthead

ống bọc cột
mast sleeve

lái gần đúng chiều gió
luff

ván lách
batten

hốc nhỏ ván lách
batten pocket

cửa sổ
window

chạc sào dài căng buồm
wishbone boom

cột buồm
mast

kéo căng
uphaul

vòng kim loại
đính ở góc buồm
clew

đinh mũ
tack

chân cột
mast foot

dây buộc chân
foot strap

tấm ván
board

mạn thuyền buồm
daggerboard

mũi thuyền
bow

dụng cụ giữ thăng bằng
skeg

đuôi thuyền
stern

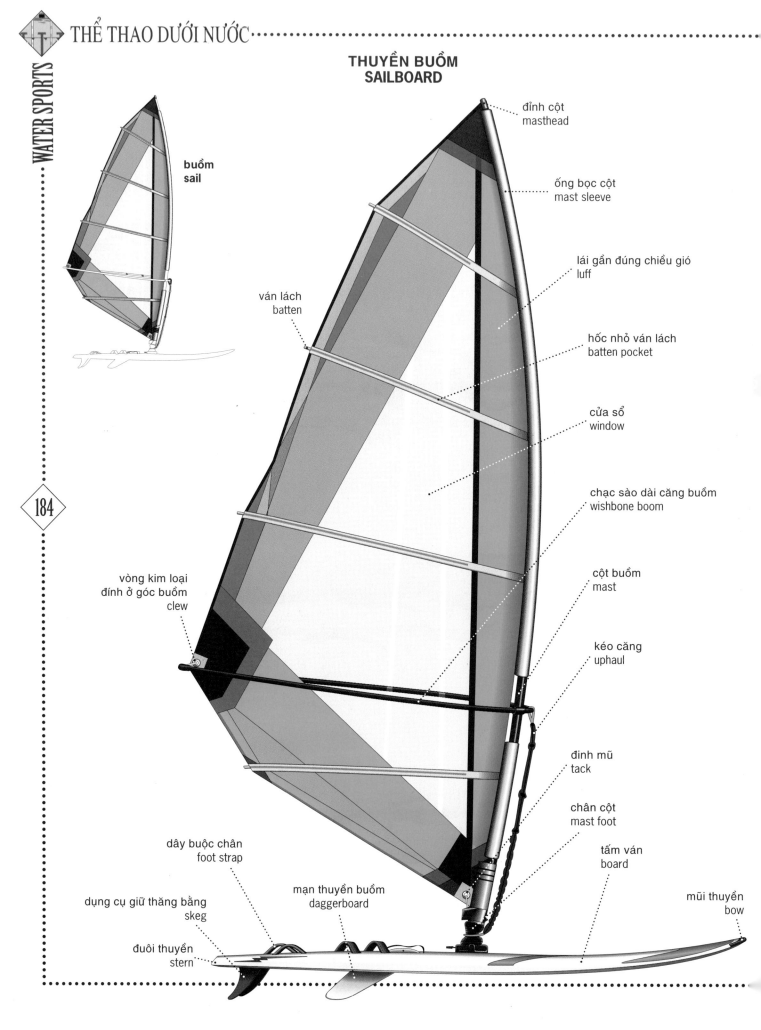

TRƯỢT TUYẾT
SKATING

trượt băng theo trục
in-line skate

bên trong giày ống
inner boot

phần bọc phía trên
upper shell

giày trượt băng nhanh
speed skate

thắt điều chỉnh
adjusting buckle

giày cao cổ
boot

trục nối bánh xe
axle

bánh xe
wheel

xe đẩy nhỏ
truck

miếng đệm gót
giày để dừng
heel stop

giày trượt chơi khúc côn cầu
hockey skate

miếng giữ an toàn
tendon guard

giày cao cổ
boot

hình thái trượt băng
figure skate

cái móc
hook

lưỡi giày
tongue

cái chặn sau
backstay

phần bọc ngón chân
toe box

lỗ xâu dây
eyelet

đầu nhọn
point

giày cao cổ
boot

dây buộc
lace

giày cao cổ
blade

trụ chống đỡ
stanchion

đồ bao giày trượt tuyết
skate guard

mép
edge

bánh cánh
blade

đế giày
sole

đầu nhọn
toe pick

TRƯỢT TUYẾT
SKIING

người trượt tuyết trên núi
alpine skier

nón trượt tuyết
ski hat

kính trượt tuyết
ski goggles

cái chặn trượt tuyết
ski suit

bao tay trượt tuyết
ski glove

dây buộc cổ tay
wrist strap

tay cầm
handle

giày trượt tuyết
ski boot

lưỡi giầy
tongue

dây buộc phía trên
upper strap

khóa
buckle

móc điều chỉnh
adjusting catch

lớp giày phía dưới
lower shell

phần bọc phía trên
upper shell

nút lắp
hinge

cây trượt tuyết
ski pole

rọ
basket

cạnh
edge

cuối
tail

đỉnh
tip

mặt dưới
bottom

bàn xẻng
shovel

phần che ngón chân
toe piece

miếng đệm gót
heel piece

cái chặn trượt tuyết
ski stop

giày trượt tuyết
ski boot

rãnh cán
groove

ván trượt tuyết
ski

trượt tuyết băng đồng
cross-country ski

tấm dưới gót
heelplate

đồ buộc ngón chân
toe binding

đuôi
tail

tấm che ngón chân
toeplate

cái kẹp
clamp

bàn xẻng
shove

186

sự ràng buộc an toàn
safety binding

nới lỏng bằng tay
manual release

bàn đạp thắng
brake pedal

miếng đệm lót chống sự cọ sát
anti-friction pad

cái chặn trượt tuyết
ski stop

miếng đệm gót
heel-piece

phần che
ngón chân
toe-piece

người trượt tuyết băng đồng
cross-country skier

dải vải quấn quanh đầu
headband

nón trượt tuyết
ski hat

cổ lọ
polo neck

luỡi trai
visor

bao tay
glove

dây buộc cổ tay
wrist strap

chỗ nắm cây
pole grip

bộ đồ trượt tuyết
ski suit

thân cây
pole shaft

cây trượt tuyết
ski pole

vớ đến đầu gối
knee sock

rọ
basket

giày đi
touring boot

đỉnh cây
pole tip

trượt tuyết băng đồng
cross-country ski

THỂ DỤC
GYMNASTICS

nuốm yên ngựa
pommel horse

ngựa
horse

chân
base

chỗ hẹp
neck

yên ngựa
saddle

ngựa gỗ
croup

nuốm yên
pommel

hệ thống buộc chặt
fastening system

ngựa gỗ
vaulting horse

đòn thăng bằng
balance beam

tấm nhún
springboard

dụng cụ bằng lò xo dùng để nhảy cao
trampoline

tấm đệm an toàn
safety pad

tấm đệm
bed

chân
leg

lò xo
spring

giàn
frame

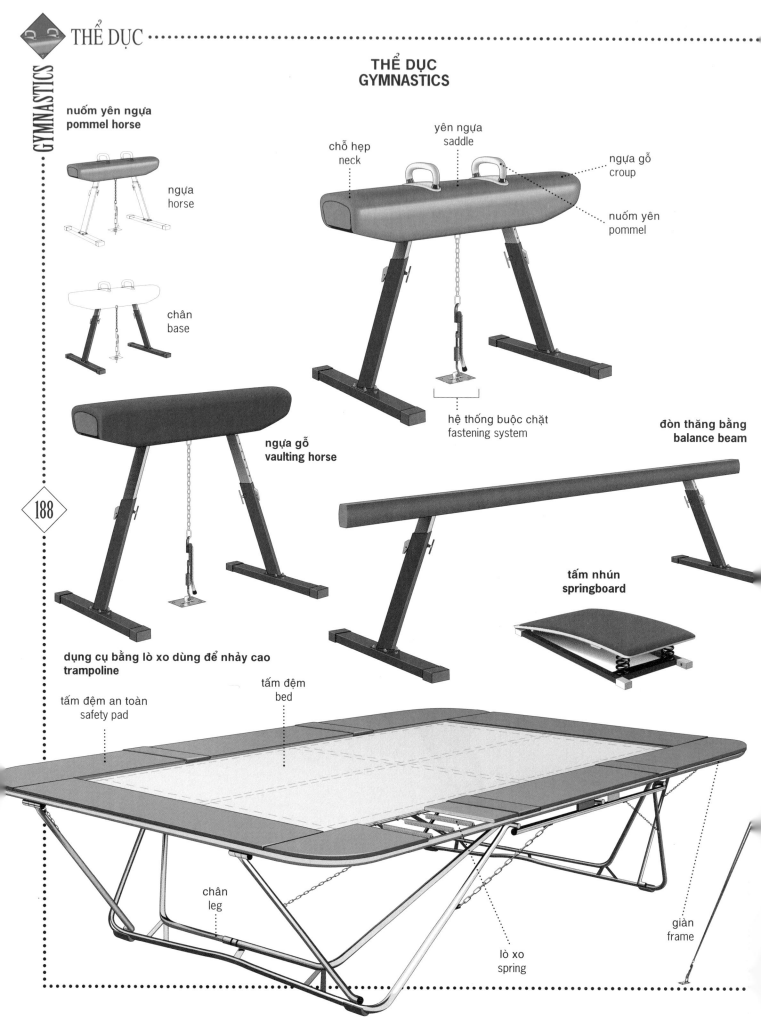

các thanh không đối xứng
asymmetrical bars

thanh nằm ngang; thanh cao
horizontal bar; high bar

thanh thép
steel bar

thẳng đứng
upright

vòng
rings

giàn
frame

dây cáp to
cable

vòng
ring

xà kép
parallel bars

hệ thống buộc chặt
fastening system

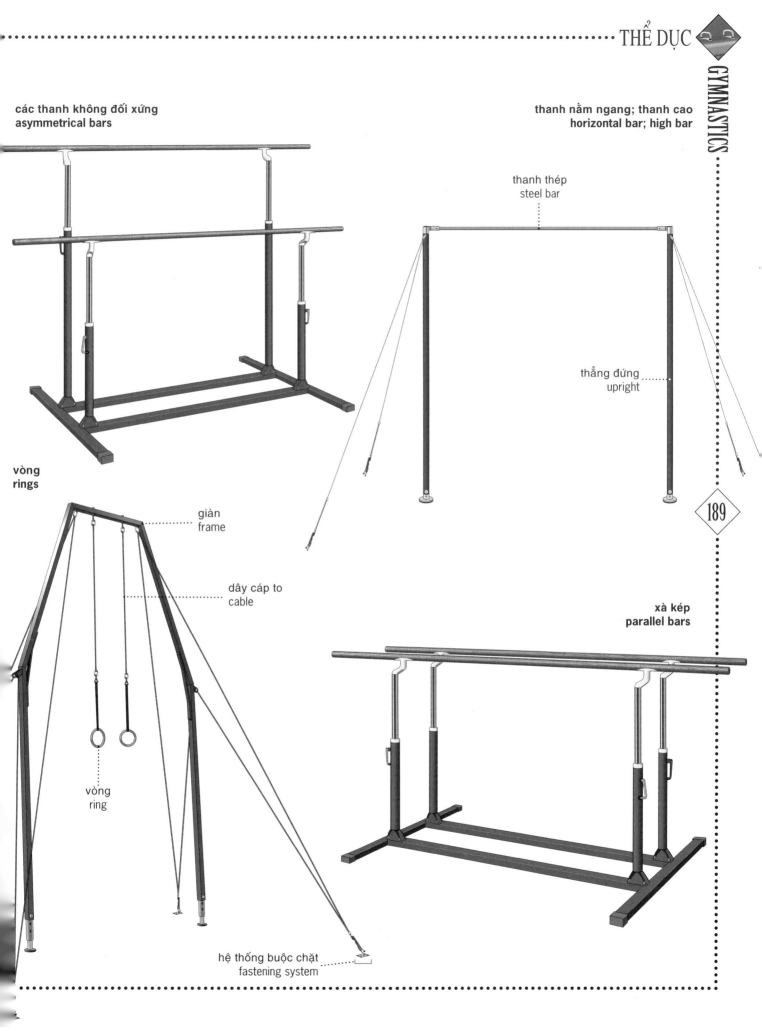

LỀU
TENTS

lều hai người
two-person tent

mái lều che mưa
rainfly / flysheet

cửa
door

vải bạt
awning

dây buộc chằng
guy line / guy rope

cọc
stake / tent peg

cái kéo năng dây
strainer

khóa kéo
zipper / zip

bên trong lều
inner tent

CÁC LOẠI LỀU CHÍNH
MAJOR TYPES OF TENTS

thành lều
wall tent

lều goòng
wagon tent

lều nhỏ
pup tent / ridge tent

lều mái vòm
dome tent

lều mở tự động
pop-up tent

lều gia đình
family tent

lều cho một người
one-person tent

ĐỒ TRANG BỊ NGỦ
SLEEPING EQUIPMENT

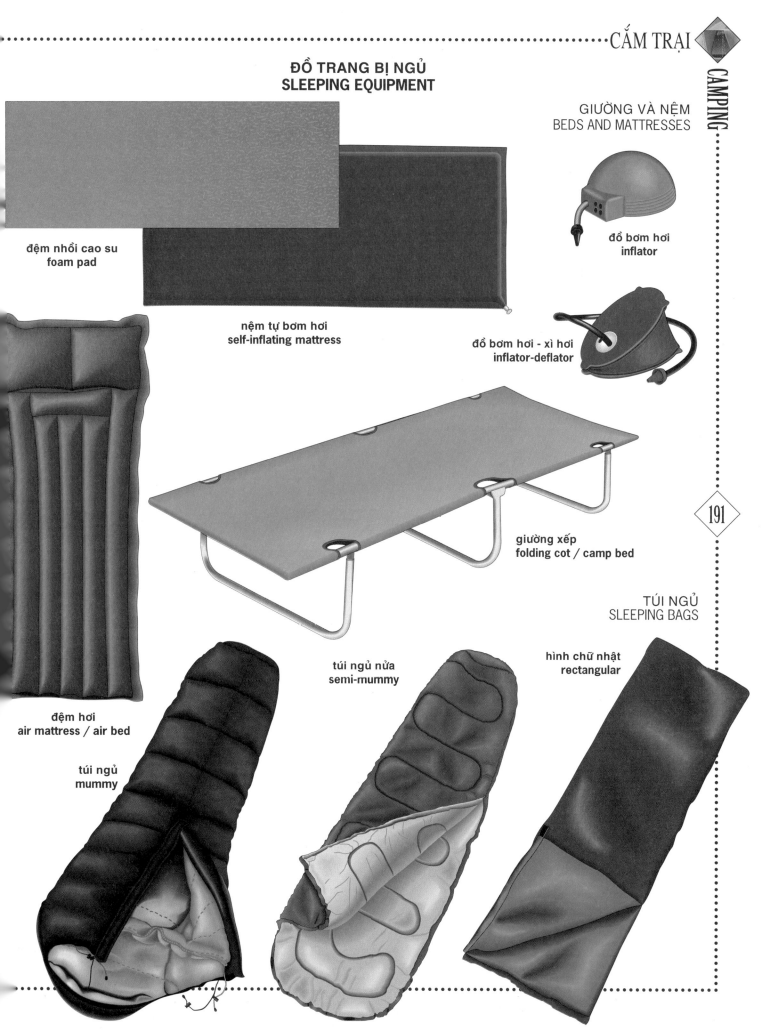

đệm nhồi cao su
foam pad

nệm tự bơm hơi
self-inflating mattress

GIƯỜNG VÀ NỆM
BEDS AND MATTRESSES

đồ bơm hơi
inflator

đồ bơm hơi - xì hơi
inflator-deflator

giường xếp
folding cot / camp bed

đệm hơi
air mattress / air bed

túi ngủ
mummy

túi ngủ nửa
semi-mummy

TÚI NGỦ
SLEEPING BAGS

hình chữ nhật
rectangular

ĐỒ TRANG BỊ CẮM TRẠI
CAMPING EQUIPMENT

dao quân đội Thụy Sĩ
Swiss army knife

cái kéo
scissors

cái thước
ruler

đồ đánh vảy cá
fish scaler

cái giũa
file

kính lúp
magnifier

chìa vặn vít
cross-tip screwdriver

lưỡi dao nhỏ
small blade

cái tua vít
screwdriver

đồ mở chai
bottle opener

đồ mở vít
screwdriver

lưỡi dao lớn
large blade

đinh khía
nail nick

cái dùi
awl

cái mở nút chai
corkscrew

đồ mở đồ hộp
can opener / tin opener

bao da
leather sheath

dao
knife

bao
sheath

đèn nháy / đèn pin
flashlight /
pocket torch

rìu
hatchet / axe

đĩa
plate

BỘ NẤU ĂN
COOKING SET

bình cà phê
coffee pot

cái chảo
frying pan

tách
cup

bình đựng nước
canteen

cán
handle

cái nồi
saucepan

túi ba lô
backpack / rucksack

nắp trên
top flap

dây đeo
shoulder strap

dây nén phía bên
side compression strap

phần bên trong khung
internal frame

dây thắt lưng
waist belt

khóa thắt chặt
tightening buckle

vòng kẹp
strap loop

dây đeo ép phía trước
front compression strap

la bàn có từ tính
magnetic compass

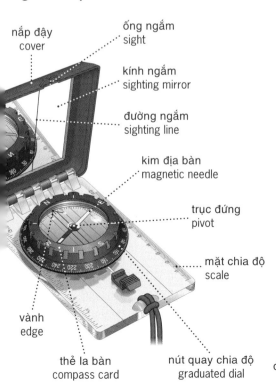

nắp đậy
cover

ống ngắm
sight

kính ngắm
sighting mirror

đường ngắm
sighting line

kim địa bàn
magnetic needle

trục đứng
pivot

mặt chia độ
scale

vành
edge

thẻ la bàn
compass card

nút quay chia độ
graduated dial

bộ đồ sơ cứu
first aid kit

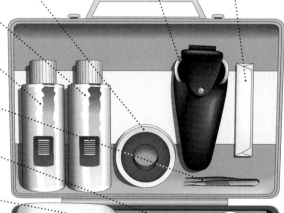
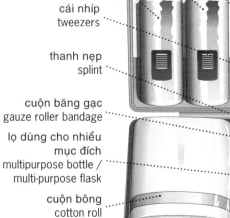
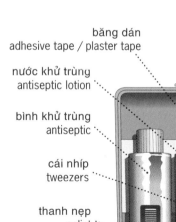

băng dán
adhesive tape / plaster tape

cái kéo
scissors

băng vải nhỏ
small bandage / plaster

nước khử trùng
antiseptic lotion

bình khử trùng
antiseptic

cái nhíp
tweezers

thanh nẹp
splint

cuộn băng gạc
gauze roller bandage

lọ dùng cho nhiều
mục đích
multipurpose bottle /
multi-purpose flask

cuộn bông
cotton roll

đồ băng bó khử trùng
sterile dressing

MÔN CHƠI TRONG NHÀ

MÔN CHƠI DÙNG QUÂN BÀI
CARD GAMES

quân cơ
heart

quân rô
diamond

quân chuồn
club

quân pích
spade

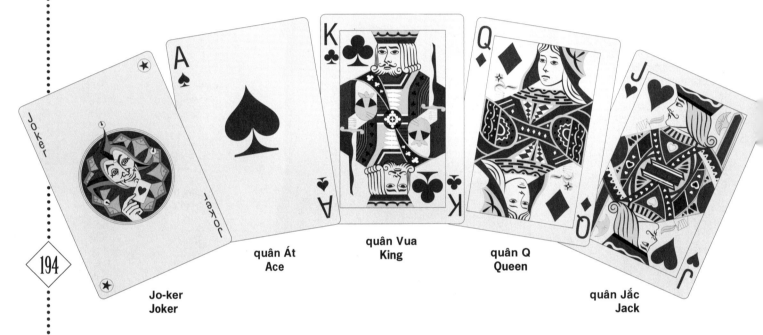

quân Át
Ace

quân Vua
King

quân Q
Queen

quân Jắc
Jack

Jo-ker
Joker

194

SÚC SẮC
DICE

con súc sắc bài xì
poker die

con súc sắc thông thường
ordinary die

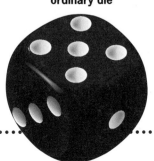

CỜ ĐÔMINÔ
DOMINOES

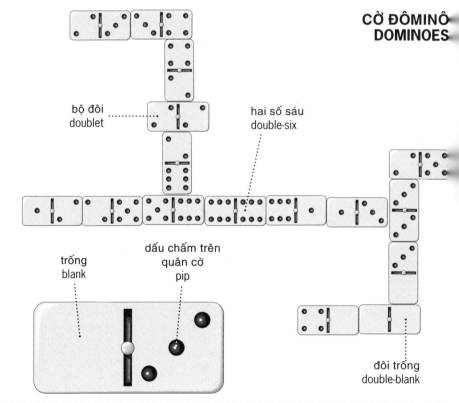

bộ đôi
doublet

hai số sáu
double-six

trống
blank

dấu chấm trên
quân cờ
pip

đôi trống
double-blank

CỜ VUA
CHESS

bàn cờ
chessboard

QUÂN CỜ
MEN

phía quân Q
Queen's side

phía quân Vua
King's side

Đen
Black

ô trắng
white square

ô đen
black square

quân Tốt
Pawn

quân Mã
Knight

quân Trắng
White

ký hiệu cờ
chess notation

quân Hậu
Bishop

quân Thành
Rook

các loại đi
types of movements

đi thẳng
vertical movement

đi chéo
diagonal movement

đi theo hình vuông
square movement

đi ngang
horizontal movement

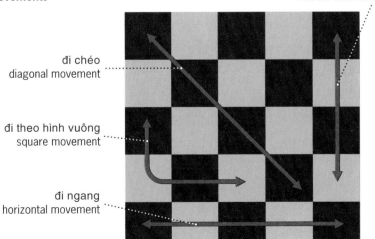

quân Q
Queen

quân Vua
King

195

CỜ THỎ CÁO
BACKGAMMON

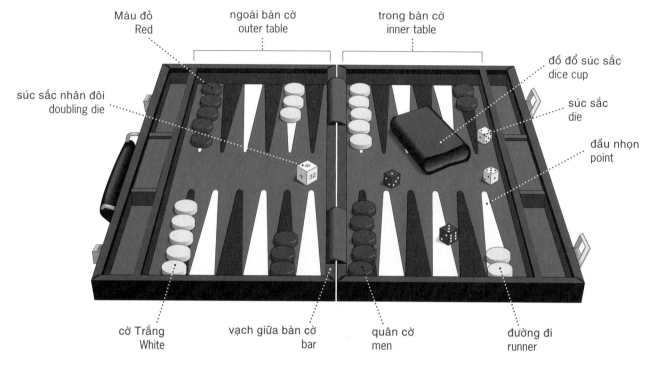

Màu đỏ
Red

ngoài bàn cờ
outer table

trong bàn cờ
inner table

đồ đổ súc sắc
dice cup

súc sắc nhân đôi
doubling die

súc sắc
die

đầu nhọn
point

cờ Trắng
White

vạch giữa bàn cờ
bar

quân cờ
men

đường đi
runner

CỜ ĐAM
CHECKERS / DRAUGHTS

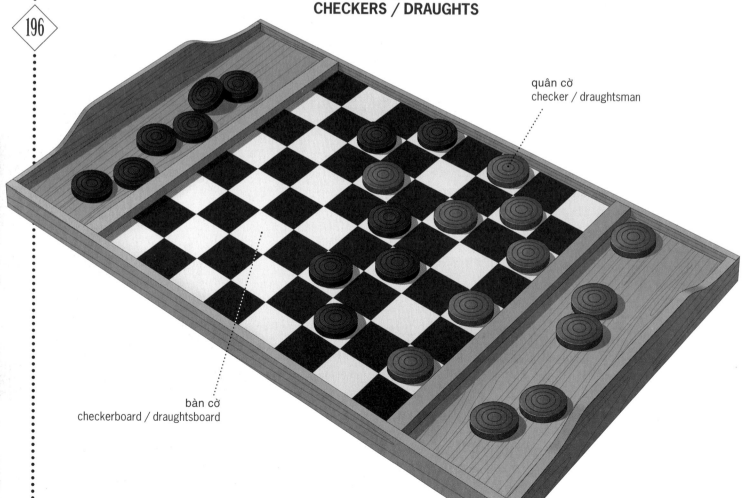

quân cờ
checker / draughtsman

bàn cờ
checkerboard / draughtsboard

HỆ THỐNG GIẢI TRÍ VIĐÊÔ
VIDEO ENTERTAINMENT SYSTEM

hình ảnh chưng bày
visual display

hộp phim chơi
game cartridge

chỗ điều khiển
control deck

miếng điều khiển
control pad

nút vận hành
function button

phi tiêu
dart

sự phóng
flight

cán
shaft

thân
barrel

đầu nhọn
point

TRÒ CHƠI PHI TIÊU
GAME OF DARTS

bảng bia chơi phi tiêu
dartboard

phần ghi số điểm
segment score number

vòng đôi
double ring

vòng ghi gấp ba
triple ring

hồng tâm
bull's-eye

25 vòng
25 ring

SỰ ĐO LƯỜNG THỜI GIAN
MEASURE OF TIME

đồng hồ bấm giờ
stopwatch

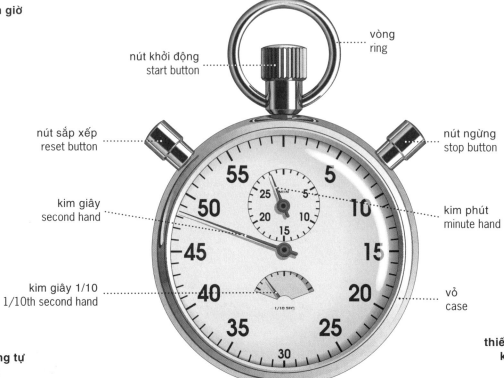

vòng
ring

nút khởi động
start button

nút sắp xếp
reset button

nút ngừng
stop button

kim giây
second hand

kim phút
minute hand

kim giây 1/10
1/10th second hand

vỏ
case

thiết bị đo thời gian
khi luộc trứng
egg timer

đồng hồ tương tự
analog watch

198

dụng cụ tính thời gian nấu ăn
kitchen timer

mặt đồng hồ
dial

đồng hồ chỉ bằng con số
digital watch

cọc tính giờ
gnomon

đồng hồ mặt trời
sundial

bóng
shadow

đĩa số
dial

chất lỏng pha lê để phô bày
liquid crystal display

SỰ ĐO LƯỜNG NHIỆT ĐỘ
MEASURE OF TEMPERATURE

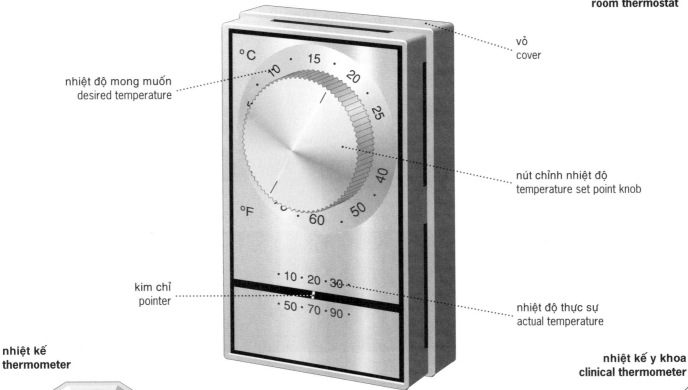

bộ điều chỉnh nhiệt trong phòng
room thermostat

vỏ
cover

nhiệt độ mong muốn
desired temperature

nút chỉnh nhiệt độ
temperature set point knob

kim chỉ
pointer

nhiệt độ thực sự
actual temperature

nhiệt kế
thermometer

nhiệt kế y khoa
clinical thermometer

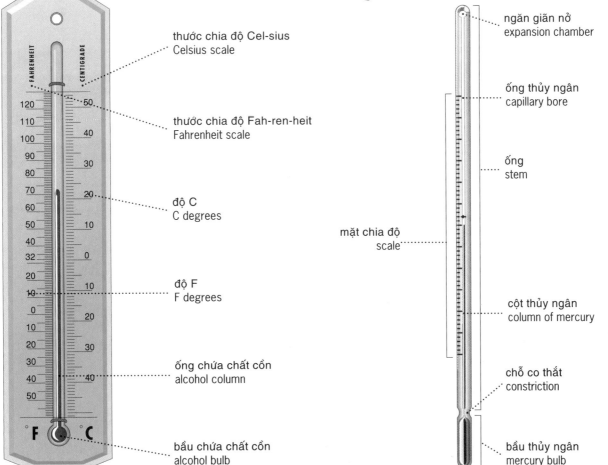

ngăn giãn nở
expansion chamber

thước chia độ Cel-sius
Celsius scale

ống thủy ngân
capillary bore

thước chia độ Fah-ren-heit
Fahrenheit scale

ống
stem

độ C
C degrees

mặt chia độ
scale

độ F
F degrees

cột thủy ngân
column of mercury

ống chứa chất cồn
alcohol column

chỗ co thắt
constriction

bầu chứa chất cồn
alcohol bulb

bầu thủy ngân
mercury bulb

SỰ ĐO LƯỜNG TRỌNG LƯỢNG
MEASURE OF WEIGHT

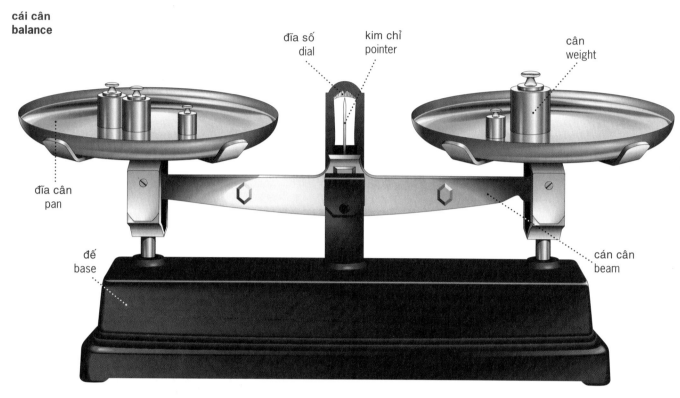

cái cân
balance

đĩa số
dial

kim chỉ
pointer

cân
weight

đĩa cân
pan

cán cân
beam

đế
base

**cân đứng có đòn chia độ và
quả cân di chuyển trên đó
steelyard**

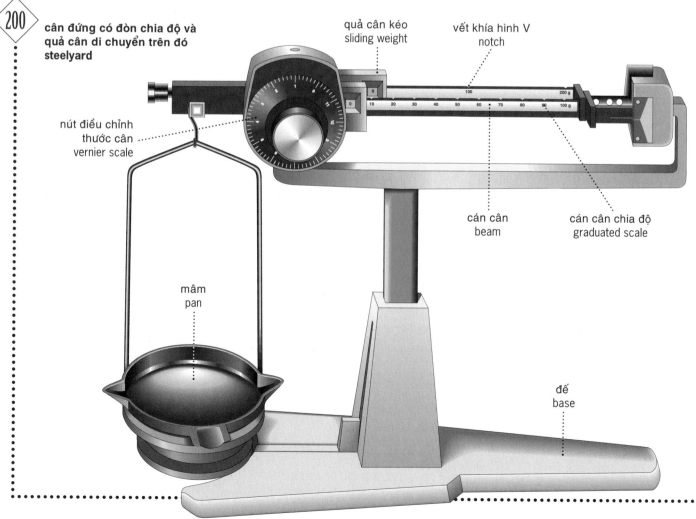

quả cân kéo
sliding weight

vết khía hình V
notch

nút điều chỉnh
thước cân
vernier scale

cán cân
beam

cán cân chia độ
graduated scale

mâm
pan

đế
base

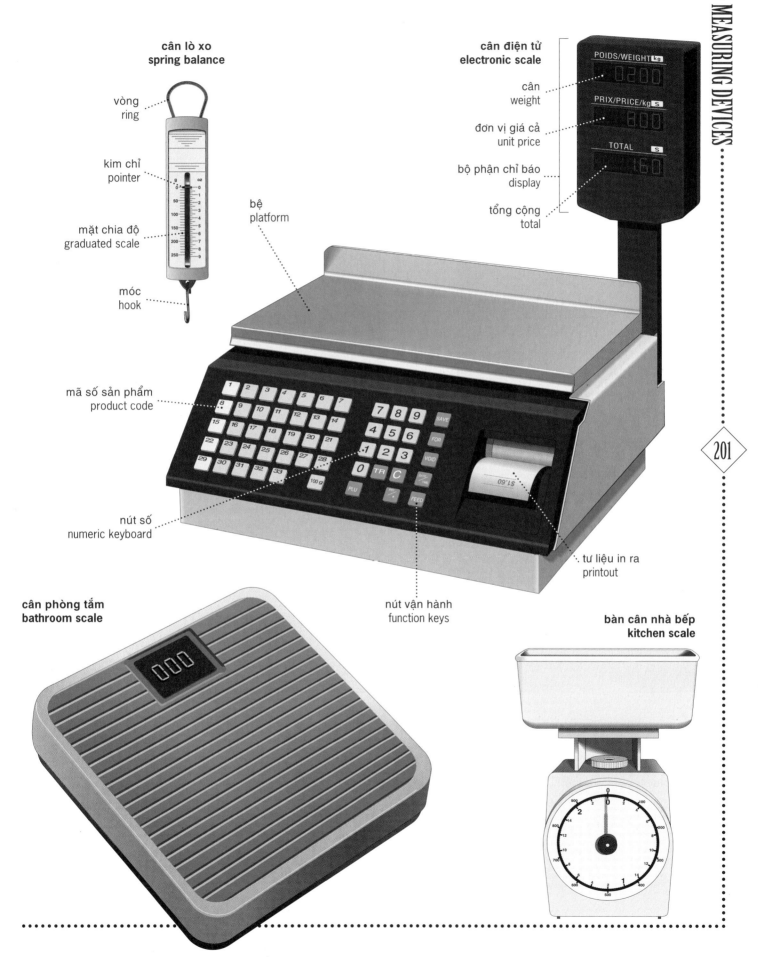

cân lò xo
spring balance

vòng
ring

kim chỉ
pointer

mặt chia độ
graduated scale

móc
hook

bệ
platform

cân điện tử
electronic scale

cân
weight

đơn vị giá cả
unit price

bộ phận chỉ báo
display

tổng cộng
total

POIDS/WEIGHT kg

PRIX/PRICE/kg S

TOTAL S

mã số sản phẩm
product code

nút số
numeric keyboard

tư liệu in ra
printout

nút vận hành
function keys

cân phòng tắm
bathroom scale

bàn cân nhà bếp
kitchen scale

DẦU
OIL

SỰ THĂM DÒ
PROSPECTING

sự thăm dò trên mặt
surface prospecting

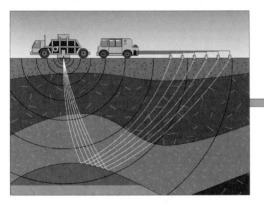

KHOAN
DRILLING

dàn khoan
drilling rig

SỰ CHUYÊN CHỞ MẶT ĐẤT
GROUND TRANSPORT

đường ống dẫn
pipeline

xe moóc thùng chứa
tank trailer / road trailer

202

thăm dò ngoài khơi
offshore prospecting / offshore drilling

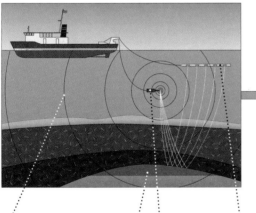

làn sóng va chạm
shock wave

máy ghi địa chấn
seismographic recording

thiết bị ngăn dầu mỏ
petroleum trap

gây nổ
blasting charge

giàn sản xuất
production platform

SỰ CHUYÊN CHỞ
ĐƯỜNG BIỂN
MARITIME TRANSPORT

đường ống dẫn tàu ngầm
submarine pipeline

SẢN PHẨM LỌC DẦU
REFINERY PRODUCTS

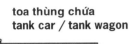

toa thùng chứa
tank car / tank wagon

LỌC DẦU
REFINING

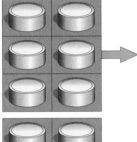

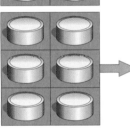

két cất giữ: két chứa
storage tanks; bunkers

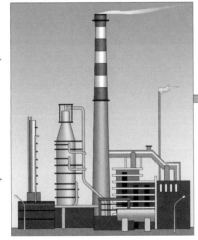

nhà máy lọc dầu
refinery

tàu chở dầu
oil tanker

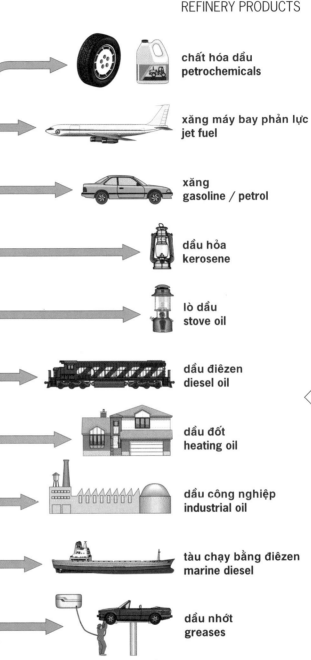

chất hóa dầu
petrochemicals

xăng máy bay phản lực
jet fuel

xăng
gasoline / petrol

dầu hỏa
kerosene

lò dầu
stove oil

dầu điêzen
diesel oil

dầu đốt
heating oil

dầu công nghiệp
industrial oil

tàu chạy bằng điêzen
marine diesel

dầu nhớt
greases

dầu làm trơn
lubricating oils

dầu hỏa
paraffins

hắc ín
asphalt

NĂNG LỰC THỦY ĐIỆN
HYDROELECTRIC ENERGY

liên hợp thủy điện
hydroelectric complex

đỉnh đập nước
top of dam

nguồn tích trữ
reservoir

giàn cần cẩu
gantry crane

đập nước
dam

đập tràn
spillway

cổng đập tràn
spillway gate

máng gỗ nghiêng
log chute

cửa cống
penstock

nhà máy công suất
powerhouse

phòng máy
machine hall

phòng kiểm soát
control room

bộ phận giao nhau của nhà máy thủy điện
cross section of hydroelectric power station

cầu trục
gantry crane

cái biến thế
transformer

ống lót
bushing

cột thu lôi
lightning arrester /
lightning conductor

cổng
gate

cần trục di động
traveling crane

nguồn tích trữ
reservoir

phòng máy
machine hall

màn chắn
screen

bộ phận phát điện
generator unit

mương thoát
tailrace

nước lấy vào
water intake

cửa cống
penstock

mạch điện
electric circuit

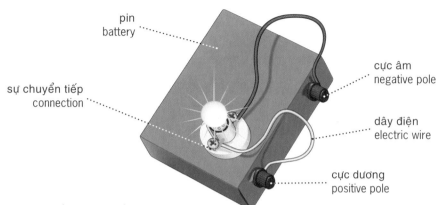

pin
battery

sự chuyển tiếp
connection

cực âm
negative pole

dây điện
electric wire

cực dương
positive pole

các giai đoạn sản xuất điện
steps in production of electricity

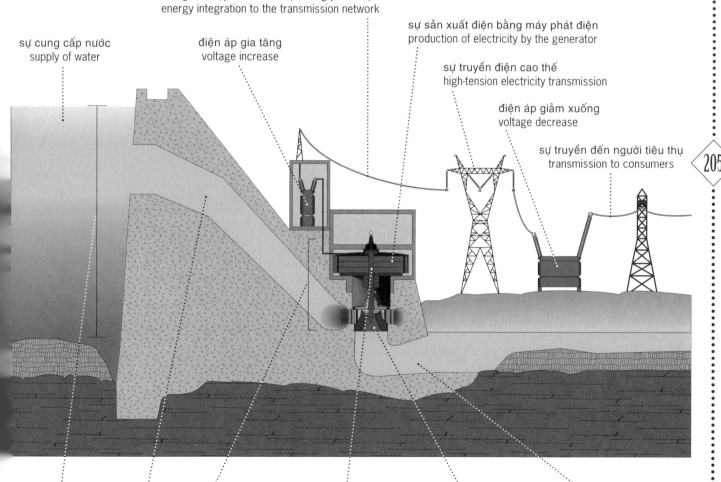

năng lực hợp nhất cho hệ thống phát điện
energy integration to the transmission network

sự sản xuất điện bằng máy phát điện
production of electricity by the generator

sự cung cấp nước
supply of water

điện áp gia tăng
voltage increase

sự truyền điện cao thế
high-tension electricity transmission

điện áp giảm xuống
voltage decrease

sự truyền đến người tiêu thụ
transmission to consumers

205

thượng nguồn
head of water

nước dưới sức ép
water under pressure

sự truyền sự chuyển động xoay quanh đến cánh quạt
transmission of the rotative movement to the rotor

sự tháo nước bởi tua-bin nước
turbined water draining

sự biến đổi công việc cơ khí vào điện lực
transformation of mechanical work into electricity

vòng quay của tua-bin
rotation of the turbine

NĂNG LƯỢNG HẠT NHÂN
NUCLEAR ENERGY

nhà máy năng lượng hạt nhân
nuclear power station

van tháo nước
dousing water valve

thùng tháo nước
dousing water tank

máy phát điện bằng hơi nước
steam generator

bơm chuyển vận hơi nóng
heat transport pump

nhà lò phản ứng hạt nhân
reactor building

lò phản ứng
hạt nhân
reactor

bãi giữ chất đốt dùng rồi
spent fuel storage bay

bãi chất đốt dùng rồi chảy ra
spent fuel discharge bay

nhà máy tua-bin
turbine building

cái biến thế
transformer

máy phát điện
generator

tua-bin
turbine

lò đun nóng lại
reheater

máy chạy nhiên liệu
fueling machine

thiết bị ngưng tụ nước nguội chảy ra
condenser cooling water outlet

thiết bị ngưng tụ nước xoáy ngược chảy vào
condenser backwash inlet

thiết bị ngưng tụ nước xoáy ngược chảy ra
condenser backwash outlet

thiết bị ngưng tụ nước nguội chảy vào
condenser cooling water inlet

phòng kiểm soát
control room

ca-lan-dria
calandria

sự sản xuất điện từ năng lực hạt nhân
production of electricity from nuclear energy

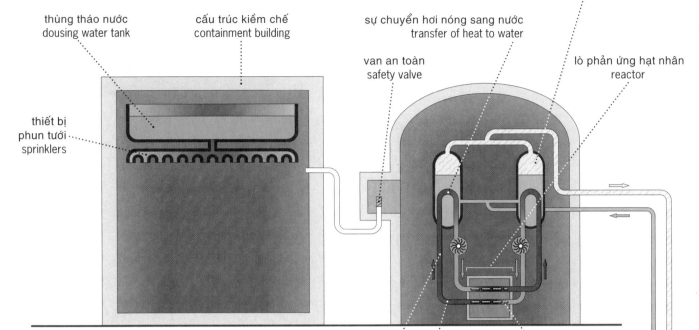

thùng tháo nước
dousing water tank

cấu trúc kiềm chế
containment building

nước biến đổi thành hơi nước
water turns into steam

sự chuyển hơi nóng sang nước
transfer of heat to water

lò phản ứng hạt nhân
reactor

van an toàn
safety valve

thiết bị
phun tưới
sprinklers

chất làm nguội tải nhiệt đến máy phát điện bằng hơi nước
coolant transfers the heat to the steam generator

sự phân hạch nhiên liệu urani
fission of uranium fuel

sự sản xuất hơi nóng
heat production

207

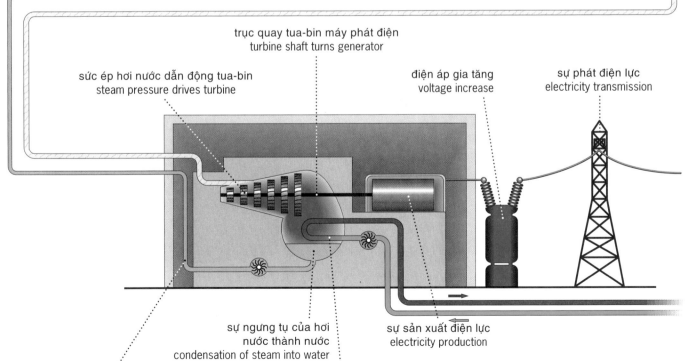

trục quay tua-bin máy phát điện
turbine shaft turns generator

sức ép hơi nước dẫn động tua-bin
steam pressure drives turbine

điện áp gia tăng
voltage increase

sự phát điện lực
electricity transmission

sự ngưng tụ của hơi
nước thành nước
condensation of steam into water

sự sản xuất điện lực
electricity production

nước được bơm trở lại vào máy phát điện hơi nước
water is pumped back into the steam generator

nước làm mát hơi nước sử dụng
water cools the used steam

NĂNG LỰC MẶT TRỜI
SOLAR ENERGY

bảng năng lượng mặt trời
solar panel

tế bào năng lượng mặt trời
solar cell

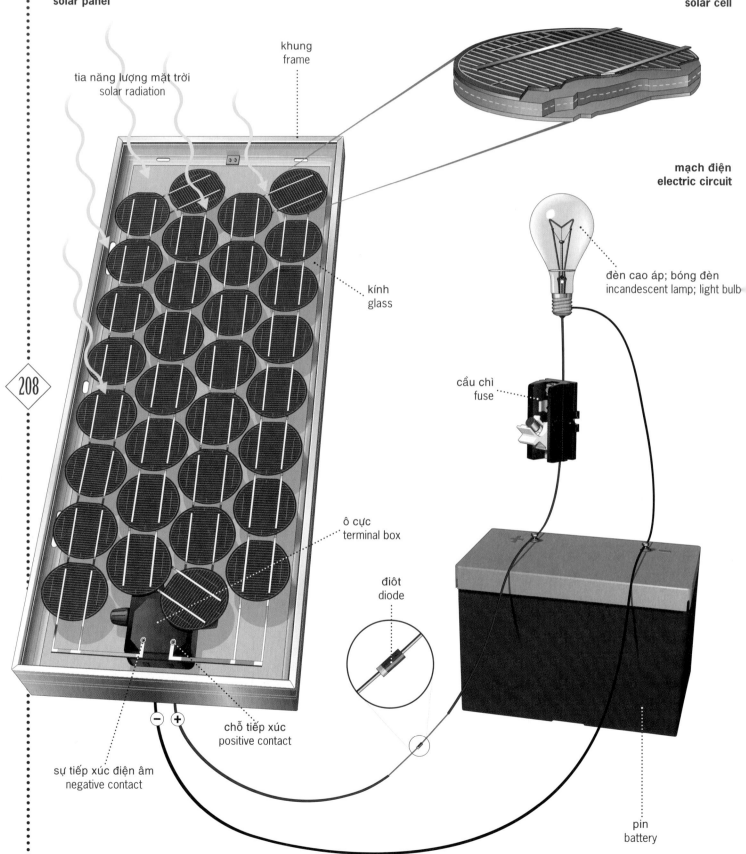

khung
frame

tia năng lượng mặt trời
solar radiation

mạch điện
electric circuit

đèn cao áp; bóng đèn
incandescent lamp; light bulb

kính
glass

cầu chì
fuse

ô cực
terminal box

điôt
diode

chỗ tiếp xúc
positive contact

sự tiếp xúc điện âm
negative contact

pin
battery

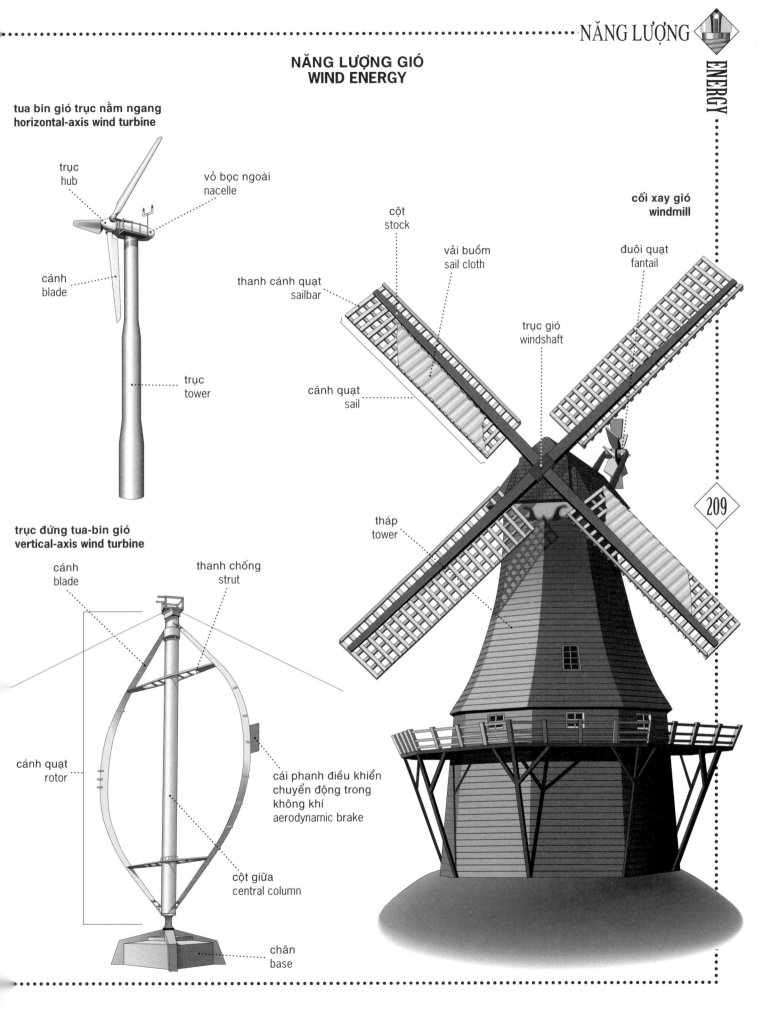

NĂNG LƯỢNG GIÓ
WIND ENERGY

tua bin gió trục nằm ngang
horizontal-axis wind turbine

trục
hub

vỏ bọc ngoài
nacelle

cánh
blade

trục
tower

trục đứng tua-bin gió
vertical-axis wind turbine

cánh
blade

thanh chống
strut

cánh quạt
rotor

cái phanh điều khiển
chuyển động trong
không khí
aerodynamic brake

cột giữa
central column

chân
base

cột
stock

vải buồm
sail cloth

thanh cánh quạt
sailbar

cánh quạt
sail

cối xay gió
windmill

đuôi quạt
fantail

trục gió
windshaft

tháp
tower

SỰ PHÒNG HỎA
FIRE PREVENTION

ống bơm chữa cháy
fire hose

bình chữa cháy xách tay
portable fire extinguisher

vòi lấy nước chữa cháy
fire hydrant

đai ống vận hành
operating nut

chỗ cung cấp nước
water supply point

nắp che
cap

ống dẫn thẳng đứng
upright pipe

xe cứu hỏa
fire engine

khung có thể quay
turntable mounting

cần có những đoạn
lồng vào nhau
telescopic boom

xilanh nâng lên
elevating cylinder / hydraulic ram

đèn rọi
spotlight

ngăn cất giữ
storage compartment

chỗ lắp ống nước vào
hydrant intake

cần làm xe ổn định
outrigger / jack

bảng điều chỉnh
control panel

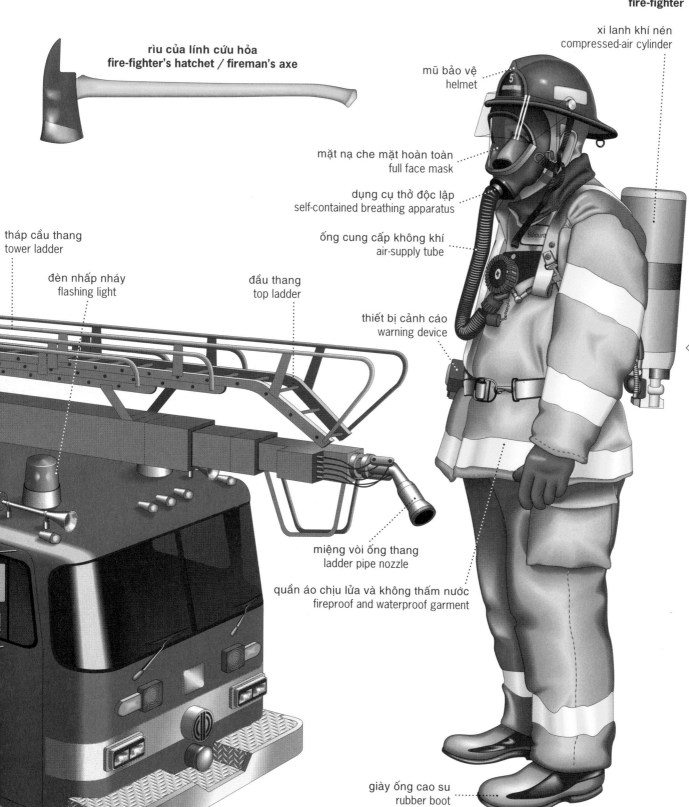

cán cây thương
pike pole

lính cứu hỏa
fire-fighter

rìu của lính cứu hỏa
fire-fighter's hatchet / fireman's axe

xi lanh khí nén
compressed-air cylinder

mũ bảo vệ
helmet

mặt nạ che mặt hoàn toàn
full face mask

dụng cụ thở độc lập
self-contained breathing apparatus

tháp cầu thang
tower ladder

ống cung cấp không khí
air-supply tube

đèn nhấp nháy
flashing light

đầu thang
top ladder

thiết bị cảnh cáo
warning device

miệng vòi ống thang
ladder pipe nozzle

quần áo chịu lửa và không thấm nước
fireproof and waterproof garment

giày ống cao su
rubber boot

MÁY CÓ CÔNG SUẤT LỚN

XE TẢI NẶNG
HEAVY VEHICLES

máy chất tải
loader

bộ điều khiển cái gầu xúc ngược
back-hoe controls

cần máy trục
arm

cần cẩu
boom

cần xi-lanh
arm cylinder / hydraulic ram

cái gàu
bucket

cần nhắc
lift arm

động cơ điêzen,
động cơ điêzen
diesel engine

kim ghim bản lề gàu
bucket hinge pin

cái xô ngược
backward bucket

thùng tải phía trước
front-end loader

bánh xe tải
wheel tractor

cái gầu xúc ngược
back-hoe

máy ủi
bulldozer

ống xả
exhaust pipe

xi-lanh nâng lưỡi
blade lift cylinder

tấm xúc
blade

bộ lọc không khí
air filter

động cơ điêzen
diesel engine

buồng lái xe
cab

lưỡi dao cắt
cutting edge

gọng đẩy
frame push

xích
track

răng để chẻ
ripper tooth

tấm xúc
blade

xe xúc
crawler tractor

dụng cụ để chẻ
ripper

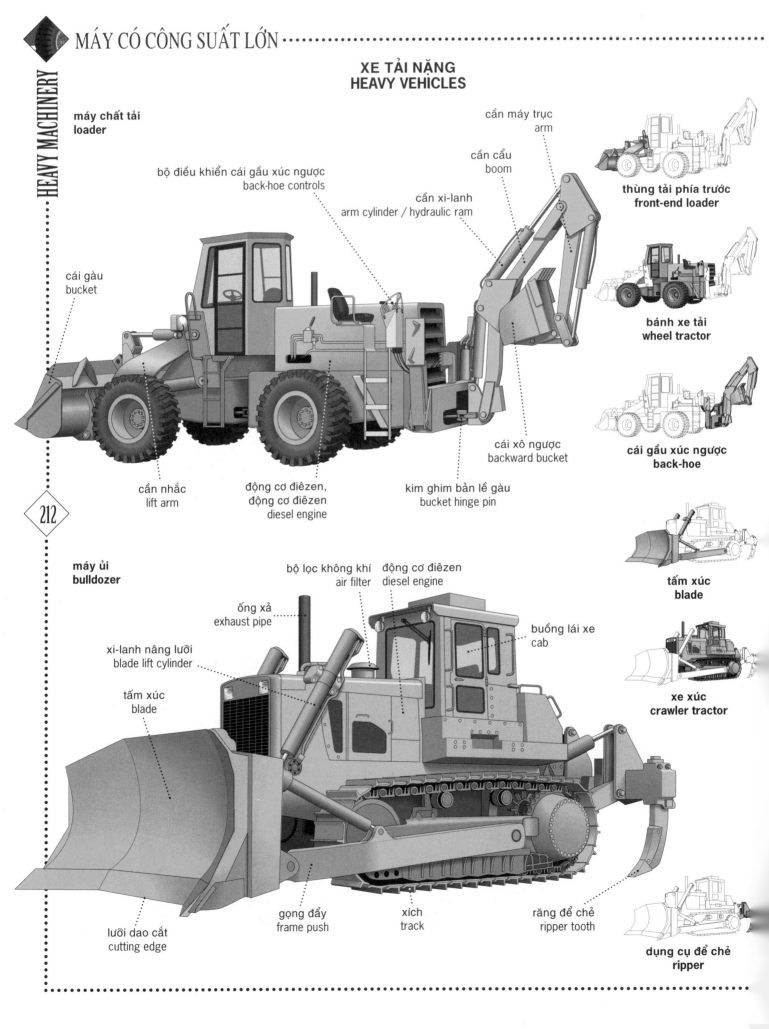

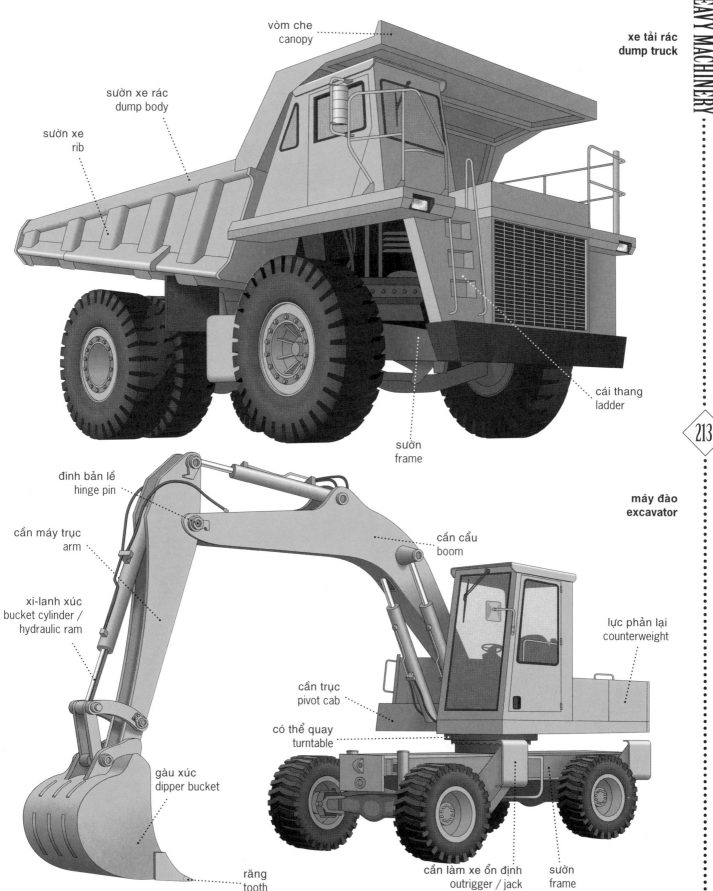

**xe tải rác
dump truck**

vòm che
canopy

sườn xe rác
dump body

sườn xe
rib

cái thang
ladder

sườn
frame

**máy đào
excavator**

đinh bản lề
hinge pin

cần máy trục
arm

xi-lanh xúc
bucket cylinder /
hydraulic ram

gàu xúc
dipper bucket

răng
tooth

cần cẩu
boom

lực phản lại
counterweight

cần trục
pivot cab

có thể quay
turntable

cần làm xe ổn định
outrigger / jack

sườn
frame

MÁY CÓ CÔNG SUẤT LỚN
HEAVY MACHINERY

tháp cần cẩu
tower crane

cần vươn ra của
một cần cẩu
jib

cần xe cần trục
trolley

đường ray cần cẩu
crane runway

dây kéo
hoisting rope

ròng rọc cần xe
cần trục
trolley pulley

buồng lái của người
điều khiển
operator's cab

cái móc
hook

thiết bị kéo lên
hoisting block

xe quét đường
street sweeper /
road sweeper

thùng thu thập
collection body

chổi ở giữa
central brush

ống nước
watering tube

chổi nằm ngang
lateral brush

máy thổi tuyết
snowblower

cột thang
tower mast

thiết bị phóng ra
projection device

DANGER

đường xoắn
worm

lực dằn
counterweight

dây nối cần cẩu
jib tie

vật nặng dằn cần cẩu
counterjib ballast

thùng xe chở hàng
packer body

xe đổ rác
sanitation truck / refuse lorry

cần vươn ra của
cần cẩu
counterjib

thiết bị trọng tải có chỗ mở ở dưới
loading hopper

cần có những đoạn
lồng vào nhau
telescopic boom

xi-lanh nâng lên
elevating cylinder / hydraulic ram

xe tải cần cẩu
truck crane / mobile crane

215

cần làm xe ổn định
outrigger / jack

cần co rút
boom

xilanh nâng lên
elevating cylinder /
hydraulic ram

tời
winch

xe tải kéo
tow truck / recovery lorry

dây thép
cable

móc
hook

dụng cụ để kéo
towing device

nút điều chỉnh tời
winch controls

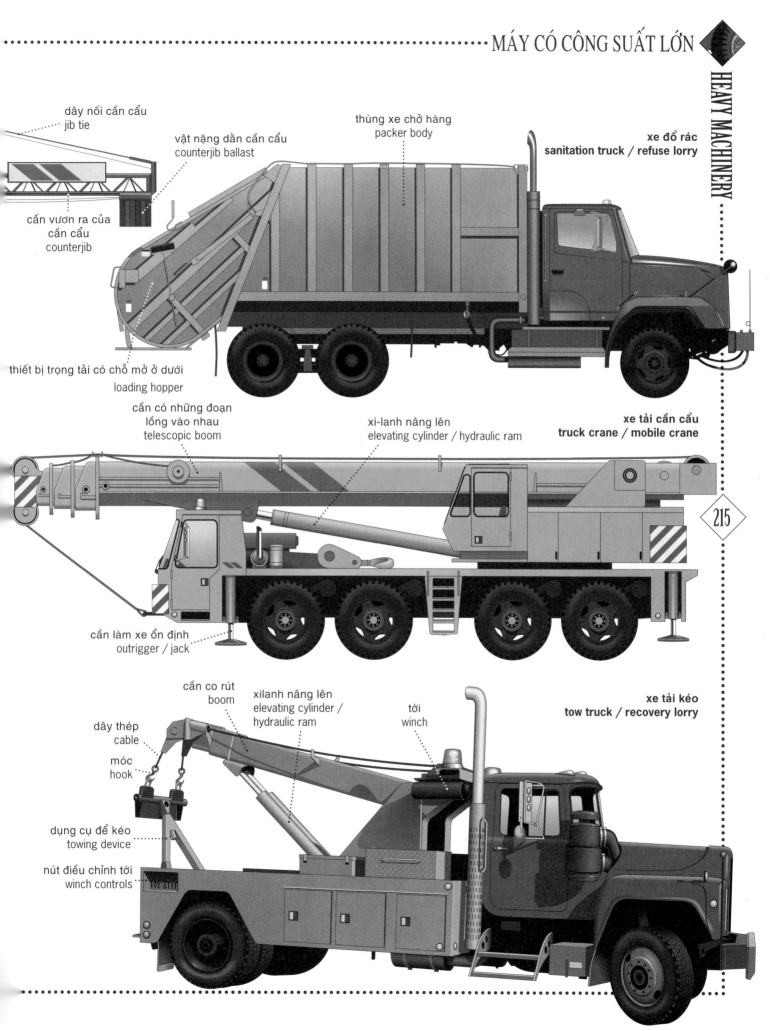

DẤU HIỆU PHỔ THÔNG
COMMON SYMBOLS

phòng vệ sinh phụ nữ
women's rest room /
women's toilet

phòng vệ sinh đàn ông
men's rest room /
men's toilet

lối cho xe lăn
wheelchair access

bệnh viện
hospital

điện thoại
telephone

cấm hút thuốc
no smoking

cấm trại (lều)
camping (tent)

cấm cắm trại
camping prohibited

ngừng tại ngã tư đường
stop at intersection

DẤU HIỆU AN TOÀN
SAFETY SYMBOLS

SỰ CHE CHỞ
PROTECTION

chất ăn mòn
corrosive

sự nguy hiểm về điện
electrical hazard

che chở mắt
eye protection

che chở tai
ear protection

chất nổ
explosive

dễ cháy
flammable

che chở đầu
head protection

che chở tay
hand protection

phóng xạ
radioactive

độc
poisonous

che chở chân
foot protection

che chở hệ hô hấp
respiratory system
protection

The terms in **bold type** correspond to an illustration; those in CAPITALS indicate a title.

218

The terms in **bold type** correspond to an illustration; those in CAPITALS indicate a title.

219

INDEX

The terms in **bold type** correspond to an illustration; those in CAPITALS indicate a title.

221

The terms in **bold type** correspond to an illustration; those in CAPITALS indicate a title.

222

The terms in **bold type** correspond to an illustration; those in CAPITALS indicate a title.

The terms in **bold type** correspond to an illustration; those in CAPITALS indicate a title.

223

INDEX

224

The terms in **bold type** correspond to an illustration; those in CAPITALS indicate a title.

The terms in **bold type** correspond to an illustration; those in CAPITALS indicate a title.

The terms in **bold type** correspond to an illustration; those in CAPITALS indicate a title.

226

228

The terms in **bold type** correspond to an illustration; those in CAPITALS indicate a title.

229

The terms in **bold type** correspond to an illustration; those in CAPITALS indicate a title.

INDEX

230

The terms in **bold type** correspond to an illustration; those in CAPITALS indicate a title.

231

The terms in **bold type** correspond to an illustration; those in CAPITALS indicate a title.

The terms in **bold type** correspond to an illustration; those in CAPITALS indicate a title.